வெஜிடேபிள் பிரியாணி வகைகள்

தீபா சேகர்

வெஜிடெபிள் பிரியாணி வகைகள்
Vegetable Biriyani Vagaigal
Deepa Sekhar ©

First Edition: November 2014
144 Pages
Printed in India.

ISBN: 978-93-5135-187-0
Title No: Kizhakku 774

Kizhakku Pathippagam
177/103, First Floor,
Ambal's Building, Lloyds Road
Royapettah, Chennai 600 014.
Ph: +91-44-4200-9603

Email : support@nhm.in
Website : www.nhm.in

Kizhakku Pathippagam is an imprint of New Horizon Media Private Limited.

வெஜிடெபிள் பிரியாணி வகைகள்

தீபா சேகர்

கிழக்கு

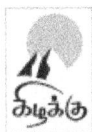

உள்ளே...

புலாவ் வகைகள்

கிரேவி வகைகள்

தயிர் பச்சடி வகைகள்

தால் வகைகள்

சமையல் புத்தகங்களில் சொல்லப்படும் சமையலுக்கான சில அளவுக் குறிப்புகள்

❖ ஒரு கப் அளவு என்பது கிட்டத்தட்ட 200 கிராம் - (கொஞ்சம் முன்னே பின்னே இருந்தாலும் தவறில்லை.)

❖ ஒரு ஆழாக்கு என்பதும் கிட்டத்தட்ட 200 கிராம் தான்.

❖ ஒரு டம்ளர் தண்ணீர் என்பது 200 மில்லி

❖ 1 கப் பால் 250 மில்லி லிட்டர்

❖ 1 கப் மாவு 125 கிராம்

❖ 1 கப் வெண்ணெய் 250 கிராம்

❖ 1 கப் பிரெட் தூள் - 60 கிராம்

படி கணக்கு:

❖ 1 படி = ஒரு படி என்பது - எட்டு ஆழாக்கு

❖ ஒரு படி என்பது = 8 டம்ளர்

❖ 3/4 படி என்பது = 6 டம்ளர்

❖ 1/2 படி என்பது = 4 டம்ளர்

❖ 1/4 படி என்பது = 2 டம்ளர்

ஸ்பூன் கணக்கு:

❖ 3 டீஸ்பூன்கள் = 1 டேபிள் ஸ்பூன்

❖ 1 டீஸ்பூன் 5 மில்லி லிட்டர்

❖ 1 டேபிள் ஸ்பூன் 3 டீஸ்பூன்

❖ 1 கப் 16 டேபிள் ஸ்பூன்

❖ 1 டீஸ்பூன் சர்க்கரை - 5 கிராம்

❖ 1 டேபிள் ஸ்பூன் கடுகு - 10 கிராம்

❖ 1 டேபிள் ஸ்பூன் மாவு - 8 கிராம்

❖ 1 டேபிள் ஸ்பூன் உப்பு - 15 கிராம்

* பிரியாணிக்கு அரிசி எந்த கப்பில் அளக்கிறீர்களோ, அதே அளவு கப்பில்தான் தண்ணீர் அளந்து ஊற்றவேண்டும். அது கப்பாக இருக்கலாம் அல்லது டம்ளராகவும் இருக்கலாம்.

பிரியாணி வகைகள்

1. காய்கறி பாரம்பரிய பிரியாணி

தேவையான பொருள்கள்:

பாஸ்மதி அரிசி - 2 கப்

நறுக்கிய காய்கறிகள் (கேரட், பீன்ஸ், உருளைக்கிழங்கு, காலிபிளவர்) - 200 கிராம்

உரித்த பச்சைப் பட்டாணி - 1/2 கப்

நீளமாக நறுக்கிய பெரிய வெங்காயம் - 1 கப்

நறுக்கிய தக்காளி - 1/2 கப்

புதினா, மல்லித்தழை (பொடியாக நறுக்கியது) - தலா 1 டேபிள் ஸ்பூன்

மிளகாய் தூள் - 1/2 டீ ஸ்பூன்

நெய் - 1 1/2 டீ ஸ்பூன்

எண்ணெய் - 50 மில்லி

தண்ணீர் - 3 கப்

உப்பு - ருசிக்கேற்ப

அரைக்க:

பச்சை மிளகாய் - 3

பூண்டு - 4 பல்

இஞ்சி (தோல் எடுத்தது) - 1 சிறு துண்டு.

தாளிக்க:

சமையல் எண்ணெய் - 2 டேபிள் ஸ்பூன்

ஏலக்காய் - 2

பட்டை - 2

கிராம்பு - 4

பிரிஞ்சி இலை - 1

சோம்பு - 2 சிட்டிகை.

மேலே தூவ:

நறுக்கிய மல்லித்தழை, புதினா இலைகள் - சிறிதளவு

செய்முறை:

- ஒரு பாத்திரத்தில் பாஸ்மதி அரிசியைப் போட்டு 2 முறை கழுவி, தண்ணீரில் 20 நிமிடம் ஊற வைக்கவும்.
- அடுத்து அரைக்கக் கொடுத்தவைகளை விழுதாக அரைத்து வைக்கவும்.
- பின் ஊறவைத்த பாஸ்மதி அரிசியை வடிகட்டி ஒரு வாணலியில் நெய்விட்டு, வடிகட்டிய அரிசியைப் போட்டு வறுக்கவும். அடிபிடிக்காமல் 5 நிமிடம் வறுத்து வைக்கவும்.
- பின்பு, வேறு கனமான அகல வாணலியில் எண்ணெய் விட்டுக் காய்ந்தவுடன் ஏலக்காய், பட்டை, பிரிஞ்சி இலை, சோம்பு, கிராம்பு தாளித்து வெங்காயம் போட்டு வதக்கவும். நிதானமான தீயில் வெங்காயம் பொன்னிறமாக வதங்கியதும், அடுத்து தக்காளி சேர்த்து வதக்கவும். தக்காளி கூழாக வதங்கியதும் நறுக்கிய காய்கறிகள், பட்டாணி, புதினா, மல்லித்தழை சேர்த்து வதக்கி அதனுடன் மிளகாய் தூள், அரைத்த விழுது, தேவையான அளவு உப்பு போட்டு மேலும் 2 நிமிடம் வதக்கவும். கடைசியாக அதனுடன் அரிசி சேர்த்துக் கலந்து கூடவே 3 கப் தண்ணீர்விட்டுக் கொதிக்கவிடவும்.
- தண்ணீர் தளைத்து கொதி வந்தவுடன் வாணலியை ஒரு மூடி போட்டு மூடி, சிம்மில் 20 நிமிடம் வைத்து இறக்கவும். சாதம் பொலபொல வென்று வெந்திருக்கும். மேலே சிறிதளவு நறுக்கிய புதினா, மல்லி தூவி லேசாக முள் கரண்டியால் கலந்து விடவும். அவ்வளவுதான். சுவையான காய்கறி பாரம்பரிய பிரியாணி தயார்.
- சூடான கத்திரிக்காய் மசாலா கறி, வெங்காய தயிர் பச்சடியுடன் பரிமாறவும்.

2. வெஜிடெபிள் தம் பிரியாணி – I

தேவையான பொருள்கள்:

பாஸ்மதி அரிசி- 2 கப்

ஏலக்காய் - 1

பிரிஞ்சி இலை, கிராம்பு - தலா 1

நெய் - 2 டீ ஸ்பூன்

உப்பு - ருசிக்கேற்ப

தண்ணீர் - 3 கப்

காய்கறி லேயர் கலவைக்கு:

எண்ணெய் - 3 டேபிள் ஸ்பூன்

இஞ்சி பூண்டு விழுது - 2 1/2 ஸ்பூன்

நீளமாக சன்னமாக நறுக்கிய பெரிய வெங்காயம் - 2 கப்

நறுக்கிய காய்கறிகள் (கேரட், பீன்ஸ், காலிபிளவர்) - 1/2 கப்

பச்சைப் பட்டாணி - 1/2 கப்

கடைந்த புளிப்பில்லாத கெட்டியான தயிர் - 1 கப்

உப்பு - ருசிக்கேற்ப

நைசாக பொடிக்கவும்:

பட்டை - 2

கிராம்பு - 4

ஏலக்காய் - 4

ஜாதி பத்திரி - ஒரு சின்ன துண்டு

பிரியாணி மேல் தூவ:

மிகமிகப் பொடியாக நறுக்கிய மல்லி மற்றும் புதினா - ஒரு கைப்பிடி

பாலில் கரைத்த குங்குமப்பூ சிறிதளவு

நெய் சிறிதளவு

செய்முறை:

- *பாஸ்மதி அரிசியை 2 முறை கழுவி, 20 நிமிடம் தண்ணீரில் ஊறவைத்து வடிகட்டவும். பின் ஒரு வாயகன்ற வாணலியில் நெய்விட்டு, பிரிஞ்சி இலை, கிராம்பு, ஏலக்காய் தாளித்து, அரிசியைப் போட்டு, அரிசிக்குத் தேவையான அளவு உப்பு சேர்த்துக் கிளறி சிறு தீயில் 5 நிமிடம் வதக்கவும். பின் 3 கப் தண்ணீர் விட்டு, கொதிவந்தவுடன் மூடி, அடுப்பை சிம்மில் வைத்து, வேக வைக்கவும். பின் திறந்து, ஒரு முள் கரண்டியால் கிளறி, எடுத்து ஒரு அகலமாக பரவலான தட்டில் கொட்டி ஆற விடவும்.*
- *பின் இன்னொரு கனமான கடாயில் எண்ணெய் காய வைத்து, வெங்காயம் வதக்கி, பின் இஞ்சி பூண்டு விழுது வதக்கி அடுத்து நறுக்கிய காய்கறிகளைப் போட்டு நன்கு வதக்கவும் பின் அதனுடன் தயிர் விட்டுக் கலந்து, கலவைக்குத் தேவையான அளவு உப்பு சேர்த்துக் கிளறி மூடி போட்டு மூடி சிறிதளவு கொதிக்கவைக்கவும். அடுப்பு நிதானமாக எறியட்டும். காய் முக்கால் பாகம் வெந்தவுடன், நைசாக பொடி செய்து வைத்திருக்கும் பட்டை, கிராம்பு, ஏலக்காய், ஜாதி பத்ரி பொடியைப் போட்டுக் கிளறி வேக வைக்கவும். கலவை சற்று கெட்டியாக இருக்கட்டும்.*

பிரியாணியை செட் செய்யும் முறை:

- *ஒரு கனமான அடியுள்ள வாணலியில் அல்லது அடி கனமான பாத்திரத்தில் சிறிதளவு நெய் தடவி, முதலில் வேக வைத்த அரிசியை*

ஒரு லேயர் பரப்பி, பின் அதன் மேல் காய்கறி லேயரை போட்டு, பின் அரிசி லேயர், அதன் மேல் காய்கறி லேயர் - இப்படி படிப்படியாகப் போட்டு, இறுதியாக அரிசி லேயர் இருக்குமாறு பார்த்துக் கொள்ளவும்.

❖ அதன் மேலே பொடியாக நறுக்கிய மல்லித்தழை, புதினா, குங்குமப்பூவை தெளித்து, சிறிதளவு நெய் போட்டு அழுத்தமான மூடியால் மூடி, ஒரு கனமான தோசைக்கல்லை அடுப்பிலேற்றி, அடுப்பை சிம்மில் வைக்கவும். கல் நன்கு காய்ந்தவுடன், பிரியாணி வைத்திருக்கும் பாத்திரத்தை கல் மீது வைத்து சிம்மில் வைத்து 15 நிமிடத்திற்குப் பிறகு எடுத்து ஒரு முள் கரண்டியால் கிளறி, சூடாகப் பரிமாறவும்.

❖ தொட்டுக்கொள்ள வெங்காய தயிர் பச்சடி, மிர்ச் கா சலான் வைத்துப் பரிமாறவும்.

3. வெஜிடெபிள் தம் பிரியாணி – II

தேவையான பொருள்கள்:

பாஸ்மதி அரிசி - 2 கப்

பச்சைப் பட்டாணி - 1 கப்

நறுக்கிய காய்கறிகள் (கேரட்,பீன்ஸ்,காலிபிளவர்,உருளைக் கிழங்கு) - 1/2 கப்

மல்லித்தழை, புதினா (நறுக்கியது) - ஒரு கைப்பிடி அளவு

நெய் - 1 1/2 டீ ஸ்பூன்

எண்ணெய் - 2 டேபிள் ஸ்பூன்

தண்ணீர் - 3 1/2 கப்

உப்பு - ருசிக்கேற்ப

விழுதாக அரைக்க:

சாம்பார் வெங்காயம் - 10

தக்காளி - 2

பச்சை மிளகாய் - 4

பூண்டு - 5 பல்

இஞ்சி - சிறு துண்டு

பட்டை - 1

கிராம்பு - 2

ஏலக்காய் - 3

சோம்பு - 2 சிட்டிகை

மிளகாய் தூள் - 1/4 டீ ஸ்பூன்

மேலே அலங்கரிக்க:

நெய்யில் வறுத்த முந்திரி - ஆறு அல்லது ஏழு

நறுக்கிய மல்லித்தழை, புதினா - சிறிதளவு

செய்முறை:

❖ *பாஸ்மதி அரிசியை 2 முறை கழுவி, 20 நிமிடம் ஊற வைத்து வடிகட்டவும். ஒரு கடாயில் நெய் காய வைத்து, அரிசியை சிறு தீயில் 5 நிமிடம் வறுத்து வைக்கவும்.*

❖ *அடுத்து வேறு ஒரு கனமான வாணலியில் எண்ணெய் ஊற்றிக் காய்ந்ததும் அரைத்த விழுதைப் போட்டு வதக்கவும். பச்சை வாசனை போனதும் நறுக்கிய காய்கறிகள், புதினா, மல்லித்தழை, தேவையான அளவு உப்பு, அரிசியைப் போட்டு 3 1/2 கப் தண்ணீர் விட்டுக் கொதிக்க விடவும். கொதிவந்தவுடன் மூடி அடுப்பை நிதானமாக எரியவிட்டு 20 நிமிடம் வைக்கவும்.*

❖ *பின் ஒரு கனமான தோசைக்கல்லை காயவைத்து கல் காய்ந்தவுடன், வாணலியை மூடியுடன் எடுத்து கல் மீது வைத்து, அடுப்பை சிம்மில் வைக்கவும். வாணலி மூடி மீது சிறிதளவு தண்ணீர் விடலாம். 10 நிமிடம் வைத்து, மூடியைத் திறந்து, வாணலியை இறக்கி, நறுக்கிய மல்லித்தழை, புதினா தூவி, முள் கரண்டியால் கலந்து சூடாகப் பரிமாறவும்.*

❖ *தொட்டுக்கொள்ள வெங்காய தயிர் பச்சடி மிகவும் ஜோரானது.*

4. தேங்காய்பால் பிரியாணி

தேவையான பொருள்கள்:

பாஸ்மதி அரிசி - 2 கப்

நறுக்கிய பெரிய வெங்காயம் - 1 கப்

நறுக்கிய கலவை காய்கறிகள் (கேரட், பீன்ஸ், பீட்ரூட், நூல்கோல்) - 1 கப்

உரித்த பச்சைப் பட்டாணி - 1/2 கப்

நெய் (அரிசி வறுக்க) - 1/2 டீ ஸ்பூன்

எண்ணெய் + நெய் - தலா - 1 டேபிள் ஸ்பூன்

கீறிய பச்சை மிளகாய் - 2

தேங்காய்பால் - 1 1/2 கப்

இஞ்சி பூண்டு விழுது - 1 டீ ஸ்பூன்

தண்ணீர் - 1 1/2 கப்

உப்பு - ருசிக்கேற்ப

பொடிக்க: (வெறும் வாணலியில் பொன்நிறமாக வறுத்து பின் பொடிக்கவும்)

கிராம்பு - 2

ஏலக்காய் - 3

பட்டை - 1 துண்டு

மேலே அலங்கரிக்க:

பொரித்த சிறிய பிரட் துண்டுகள் - 1 கப் (ரொட்டி துண்டுகள்)

செய்முறை:

- *பாஸ்மதி அரிசியை 2 முறை கழுவி, 20 நிமிடம் ஊற வைத்து வடிகட்டவும்.*
- *ஒரு வாணலியில் ஒன்றரை டீஸ்பூன் நெய் விட்டு, காய்ந்தவுடன் அரிசியைப் போட்டு சிறு தீயில் 5 நிமிடம் வதக்கவும்.*
- *வேறு ஒரு கனமான வாணலியில் எண்ணெய் + நெய்விட்டுக் காய்ந்தவுடன் வெங்காயம் வதக்கி, வெங்காயம் நன்கு வதங்கியவுடன், இஞ்சி பூண்டு விழுதைப் போட்டு வதக்கி, பச்சை வாசனை போனதும் காய்கறி, பட்டாணி, பச்சை மிளகாய் ருசிக்கேற்ப உப்பு போட்டு வதக்கவும். பின் அரிசியைப் போட்டு, தேங்காய்பால், தண்ணீர் விட்டுக் கலந்து, கொதிக்கவிட்டு, முதல் கொதி வந்தவுடன் மூடி, 20 நிமிடம் சிம்மில் வேக வைக்கவும். பின் திறந்து, நீர் சுண்டி பிரியாணி பொலபொலவென்று வந்ததும் பொரித்த ரொட்டித் துண்டுகளைச் சேர்த்து, ஒரு முள் கரண்டியால் கலந்து, சூடாகப் பரிமாறவும்.*
- *இதற்கு தொட்டுக் கொள்ள வதக்கிய வெங்காய பச்சடி, பன்னீர் பட்டர் மசாலா ஏற்றது.*

5. தக்காளி தேங்காய்பால் பிரியாணி

தேவையான பொருள்கள்:

பாஸ்மதி அரிசி - 2 கப்

நறுக்கிய வெங்காயம் - 1 1/2 கப்

உரித்த பச்சைப் பட்டாணி - 1 கப்

நறுக்கிய பெங்களூர் தக்காளி - 1/2 கப்

நறுக்கிய நாட்டு தக்காளி - 1/2 கப்

தேங்காய்பால் 1 1/2 கப்

பொடியாக நறுக்கிய மல்லித்தழை, மற்றும் புதினா- சிறிதளவு

உப்பு - ருசிக்கேற்ப

நெய் - 1 1/2 டீ ஸ்பூன்

எண்ணெய் - 2 டேபிள் ஸ்பூன்

தண்ணீர் - 1 1/2 கப்

நைசாக அரைக்க:

வரமிளகாய் விழுது (ஊற வைத்து அரைக்கவும்) - 1 டீ ஸ்பூன்

பச்சை மிளகாய் - 2

இஞ்சி - 1 சிறு துண்டு

பூண்டு - 5 பல்

தாளிக்க:

பட்டை - 1

கிராம்பு - 2

ஏலக்காய் - 3

பிரிஞ்சி இலை - 1

சோம்பு - 2 சிட்டிகை

மேலே தூவ:

பொடியாக நறுக்கிய மல்லித்தழை, புதினா - சிறிதளவு

செய்முறை:

- *பாஸ்மதி அரிசியை 2 முறை கழுவி, 20 நிமிடம் தண்ணீரில் ஊறவைத்து வடிகட்டவும்.*
- *அடுப்பில் வாணலி வைத்து ஒன்றரை ஸ்பூன் எண்ணெய் விட்டு, காய்ந்தவுடன் அரிசியை சிறு தீயில், 5 நிமிடம் வறுத்து தனியே வைக்கவும்.*
- *அடுத்து வேறு ஒரு கனமான வாணலியில் எண்ணெய் காயவைத்து, பிரிஞ்சி இலை, பட்டை, கிராம்பு, ஏலக்காய், சோம்பு தாளித்து, வெங்காயம் வதக்கி, தக்காளி (நாட்டு, பெங்களூர் தக்காளியை) போட்டு சிறு தீயில் நன்கு குழைய வதக்கவும். பின் தேவையான அளவு உப்பு, மற்றும் அரைத்த மிளகாய், பூண்டு விழுதைப் போட்டு 5 நிமிடம் சிறு தீயில் வதக்கவும். பின் அரிசி, பச்சைப் பட்டாணி, உப்பு, தண்ணீர், தேங்காய்பால், நறுக்கிய புதினா, மல்லித்தழை கொஞ்சம் போட்டு கொதிக்கவிடவும். முதல் கொதி வந்தவுடன் மூடி போட்டு மூடி அடுப்பை சிம்மில் வைத்து, 20 நிமிடம் வேகவிடவும். பின் மூடியைத் திறந்து மேலே சிறிதளவு மல்லித்தழை, புதினா தழை (சன்னமாக நறுக்கியது) தூவி, ஒரு முள் கரண்டியால் கலந்து சூடாக வெள்ளை குருமா, வெங்காய தயிர் பச்சடி வைத்துப் பரிமாறவும்.*
- *சுவையான தக்காளி தேங்காய் பால் பிரியாணி தயார்.*

6. கொங்கு நாட்டு பிரியாணி

தேவையான பொருள்கள்:

பாஸ்மதி அரிசி - 1 1/2 கப்

பெரிய வெங்காயம் - 1 (நீளமாக, சன்னமாக நறுக்கியது)

நறுக்கிய காய்கறிகள் (கேரட், பீன்ஸ், நூல்கோல்) கலவை - 1 கப்

பச்சைப் பட்டாணி - 1/4 கப்

மஞ்சள் தூள் - ஒரு சிட்டிகை

கெட்டியான புளிக்காத தயிர் - 3 டேபிள் ஸ்பூன்

உப்பு - ருசிக்கேற்ப

நெய் - 1 டீ ஸ்பூன்

எண்ணெய் - 2 டேபிள் ஸ்பூன்

தண்ணீர் - 2 1/2 கப்

வறுத்து நைசாக அரைக்க:

(2 டீ ஸ்பூன் எண்ணெய்யில் கீழ்க்கண்ட மசாலா சாமான்களை பொன்நிறமாக வறுத்து நைசாக அரைக்கவும்)

சாம்பார் வெங்காயம் - 5

முழு மிளகு - 8

சீரகம் - 2 டீ ஸ்பூன்

துருவிய தேங்காய் - 1/4 கப்

கசகசா - 3/4 டீ ஸ்பூன்

சோம்பு - 1 டீ ஸ்பூன்

தனியா விதை - 2 டேபிள் ஸ்பூன்

பூண்டு - 5 பல்

இஞ்சி - 1 சிறு துண்டு

மிளகாய் வற்றல் - 5

எண்ணெய் - 2 டீ ஸ்பூன்

மேலே தூவி கலக்க:

மல்லித்தழை, புதினா (நறுக்கியது) - சிறிதளவு

செய்முறை:

❖ *பாஸ்மதி அரிசியை இரண்டு முறை கழுவி, 20 நிமிடம் ஊறவைத்து வடிகட்டவும். ஒரு கடாயில் 1 டீ ஸ்பூன் நெய் விட்டுக் காய்ந்தவுடன்,*

வடித்து வைத்த அரிசியைப் போட்டு, சிறு தீயில் அடிபிடிக்காமல் 5 நிமிடம் வறுக்கவும்.

❖ பின் மற்றொரு அடிகனமான வாணலியில் 2 டேபிள் ஸ்பூன் எண்ணெய் விட்டு, காய்ந்தவுடன், நீளமாக நறுக்கிய வெங்காயத்தை போட்டு பொன்நிறமாக வதக்கவும். பிறகு அதனுடன் அரைத்த விழுதைப் போட்டு, சிறு தீயில் 5 நிமிடம் வதக்கி, கூடவே தேவையான அளவு உப்பு, காய்கறிகள், அரிசி, தயிர் போட்டுக் கிளறி வதக்கி, தண்ணீர் விட்டுக் கொதிக்கவிடவும். கொதி வந்தவுடன், அடுப்பை சிம்மில் வைத்து, மூடி - 20 நிமிடம் கழித்துத் திறந்து, நறுக்கிய மல்லித்தழை, புதினா தூவி இறக்கவும்.

❖ அவ்வளவுதான் சூடான சுவையான கொங்கு நாட்டு பிரியாணி ரெடி.

❖ இதைச் சூடாக கத்திரிக்காய் மசாலா கறியுடன், பச்சடி வைத்துப் பரிமாறவும்.

7. வெள்ளக் கோவில் பிரியாணி

ஆம்பூர் பிரியாணி, ஹைதராபாத் பிரியாணி போல வெள்ளக்கோவில் என்னும் ஊரில் செய்யப்படும் இந்த பிரியாணியும் மிகவும் பிரசித்தி பெற்றது. இது கோவைக்கு அருகில் உள்ளது.

தேவையான பொருள்கள்:

பொன்னி பச்சை அரிசி - 2 கப்

நறுக்கிய பெரிய வெங்காயம் - 1 கப்

பச்சைப் பட்டாணி - 1/2 கப்

உரித்த பூண்டு - 15 பல்

உப்பு - ருசிக்கேற்ப

நூல் கோல் (தோல் எடுத்து நறுக்கியது) - 1/2 கப்

கீறிய பச்சை மிளகாய் - 3

நெய், மற்றும் எண்ணெய் - தலா 1 டேபிள் ஸ்பூன்

தேங்காய் பால் - 1 1/2 கப்

தண்ணீர் - 1 1/2 கப்

தாளிக்க:

பிரிஞ்சி இலை - 1

சோம்பு - 1 டீ ஸ்பூன்.

மேலே அலங்கரிக்க:

மிகப் பொடியாக நறுக்கிய புதினா - சிறிதளவு

செய்முறை:

❖ பொன்னி பச்சரிசியை நன்கு கழுவி, 20 நிமிடம் ஊறவைக்கவும். பின் வடிகட்டி வைக்கவும்.

❖ அடுத்து அடி கனமான வாணலியில் எண்ணெய், நெய் விட்டு, பிரிஞ்சி இலை, சோம்பு தாளிக்கவும். பின் வெங்காயம் போட்டு வதக்கவும். பின் பூண்டு, பச்சை மிளகாய் சேர்த்து சிறு தீயில் நிறம் மாறாமல் வதக்கி, கூடவே பட்டாணி, நூல் கோல் சேர்த்து வதக்கவும். எல்லாம் வதங்கியதும் தேவையான அளவு உப்பு சேர்த்துக் கிளறி பின், அரிசியைப் போட்டு 2 நிமிடம் சிறு தீயில் வதக்கி, 11/2 கப் தண்ணீர் 11/2 கப் தேங்காய் பால் விட்டுக் கொதிக்கவிடவும். முதல் கொதிவந்தவுடன் மூடி போட்டு மூடி, சிறு தீயில் 20 நிமிடம் வைத்திருந்து, பின் இறக்கவும். மேலே புதினா தூவி, லேசாக முன் கரண்டியில் கலந்து சூடாகப் பரிமாறவும்.

❖ ருசியான வெள்ளக் கோவில் பிரியாணி தயார்.

❖ உருளைக்கிழங்கு கார குருமா வைத்துப் பரிமாறவும்.

8. முகலாய் பிரியாணி

தேவையான பொருள்கள்:

பாஸ்மதி அரிசி - 2 கப்

நீளமாக நறுக்கிய வெங்காயம் - 1கப்.

வேக வைத்து, தோல் நீக்கிய சின்ன உருளைக் கிழங்கு - 10

பச்சைப் பட்டாணி - 1/2 கப்

பாலில் ஊற வைத்த குங்குமப் பூ - சிறிதளவு

நெய் - (அரிசி வறுக்க) - 1 1/2 டீ ஸ்பூன்

நெய் (தாளிக்க) - 2 டேபிள் ஸ்பூன்

உப்பு - ருசிக்கேற்ப

தண்ணீர் - 3 கப்

விழுதாக அரைக்க:

இஞ்சி - 1 சிறு துண்டு

பூண்டு - 6 பல்

பச்சை மிளகாய் - 5

தயிர் - 1/4 கப்

தக்காளி - 2

மஞ்சள் தூள் - 1 சிட்டிகை

18

தாளிக்க:

முழு கிராம்பு - 3

பட்டை - 1

ஏலக்காய் - 4

பிரிஞ்சி இலை - 1

சோம்பு - 1/2 டீ ஸ்பூன்.

மேலே அலங்கரிக்க:

மல்லித்தழை, புதினா (நறுக்கியது) - சிறிதளவு

நெய்யில் வறுத்த முந்திரி, பாதாம் - சிறிதளவு

டூட்டி ப்ரூட்டி (பெரிய கடைகளில் கிடைக்கும். பச்சை, மஞ்சள், சிகப்பு என சின்னத் துண்டுகளாக பாக்கெட்டில் கிடைக்கும். இனிப்பாக இருக்கும்) - சிறிதளவு

எண்ணெய்யில் பொன் நிறமாக வறுத்த நீளமாக நறுக்கிய வெங்காய ஸ்லைஸ் - சிறிதளவு.

செய்முறை:

- *பாஸ்மதி அரிசியை 2 முறை கழுவி, 20 நிமிடம் தண்ணீரில் ஊறவைத்து வடிகட்டவும்.*
- *அடுத்ததாக ஒரு வாணலியில் நெய் 1 1/2 டீ ஸ்பூன் விட்டு, அரிசியைப் போட்டு சிறு தீயில் பொன்நிறமாக வறுத்து எடுத்து வைக்கவும்.*
- *பின் வேறு ஒரு கனமான வாணலியில் நெய்விட்டு, தாளிக்க கொடுத்துள்ளவற்றைப் போட்டு தாளித்து, பின் நறுக்கி வைத்துள்ள பெரிய வெங்காயம் போட்டு வதக்கவும். வெங்காயம் நன்கு வதங்கியதும் பச்சைப் பட்டாணி போட்டு வதக்கவும்.*
- *பின் அதனுடன் அரைத்து வைத்துள்ள கலவையைப் போட்டு வதக்கவும். பச்சை வாசனை போனதும் தேவையான அளவு உப்பு , அரிசி, 4 கப் தண்ணீர் ஊற்றிக் கலந்து கொதிக்க விடவும். கொதி வந்தவுடன் மூடி போட்டு மூடி, சிறு தீயில் 20 நிமிடம் வேக விடவும்.*
- *அதற்குப் பின் திறந்து, மேலே வேக வைத்த உருளைக்கிழங்கு, (உருளைக்கிழங்கை லேசாக உப்பு போட்டு பிரட்டி கலந்து போடவும்) - குங்குமப்பூ, மல்லித்தழை, புதினா, முந்திரி, பாதாம், டூட்டி ப்ரூட்டி, வறுத்த வெங்காயம் போட்டு ஒரு முள் கரண்டியால் கலந்து சூடாக பச்சடியுடன் பரிமாறவும்.*
- *கமகமக்கும் முகலாய் பிரியாணி ரெடி.*

9. தேவக்கோட்டை பிரியாணி

இந்த தேவகோட்டை பிரியாணி செட்டிநாட்டின் ஸ்பெஷல் பிரியாணி

தேவையான பொருள்கள்:

உதிரியாக வடித்த பச்சை அரிசி சாதம் - 2 கப்

பெரிய வெங்காயம் - 1 (பொடியாக நறுக்கவும்)

வேக வைத்த பச்சைப் பட்டாணி - 1/2 கப்

வேக வைத்த வெள்ளை கொண்டை கடலை - 1/4 கப்

உப்பு - ருசிக்கேற்ப

தக்காளி - 3 (விழுதாக அரைத்து வைக்கவும்)

பொன் நிறமாக வறுக்கவும்:

(ஒரு வாணலியில் எண்ணெய் காய வைத்து

கீழ்க்கண்ட பொருள்களை பொன் நிறமாக வறுத்து நைசாக அரைத்துக்கொள்ளவும்)

கசகசா - 1 டீ ஸ்பூன்

துருவிய தேங்காய் - 1/4 கப்

தனியா - 1 டீ ஸ்பூன்

சீரகம் - 1/2 டீ ஸ்பூன்

மிளகு - 4

மிளகாய் வற்றல் - 4

பட்டை, கிராம்பு, ஏலக்காய் - தலா 1

இஞ்சி - ஒரு சிறு துண்டு

பூண்டு - 2 பல்

தாளிக்க:

எண்ணெய் - 2 டீ ஸ்பூன்

மேலே தூவ:

சிறிதளவு நெய்யில் வறுத்த முந்திரி துண்டுகள்.

செய்முறை:

❖ ஒரு அகலமான, அடிகனமான வாணலியில் எண்ணெய் ஊற்றிக் காய வைத்து, வெங்காயம் வதக்கவும். பின் அரைத்து வைத்துள்ள தக்காளி விழுதைப் போட்டுசிறு தீயில் நன்கு வதக்கவும். பிறகு அரைத்த கலவையைப் போட்டு வதக்கி, தேவையான அளவு உப்பு போடவும். வேக வைத்த பச்சைப் பட்டாணி, கொண்டை கடலை போட்டு கூடவே சாதத்தையும் போட்டு நன்கு நிதானமான தீயில் கலக்கவும்.

20

❖ பின் முந்திரி துண்டுகளைத் தூவிக் கலந்து இறக்கவும்.

❖ சூப்பரான தேவகோட்டை பிரியாணி ரெடி.

❖ சூடான தேவகோட்டை பிரியாணியுடன் வெங்காய தயிர் பச்சடி மற்றும் கத்திரிக்காய் மசாலா கறி, வெள்ளை குருமாவுடன் பரிமாறினால் சூப்பரோ சூப்பர்தான்.

10. மாயவரம் தேங்காய் பிரியாணி

தேவையான பொருள்கள்:

பச்சரிசி - 2 கப்

1/2 டீ ஸ்பூன் மஞ்சள் தூள்

உப்பு - ருசிக்கேற்ப

தண்ணீர் - 4 1/2 கப்.

விழுதாக அரைக்க:

துருவிய தேங்காய் - 1 கப்

சாம்பார் வெங்காயம் - 15

இஞ்சி - 1 சிறு துண்டு

பூண்டு - 5 பல்

தனியா விதை - 3 டீ ஸ்பூன்

ஊற வைத்த மிளகாய் வற்றல் - 5

தாளிக்க:

பிரிஞ்சி இலை - 2

அன்னாசி பூ - 2

எண்ணெய் - 3 டேபிள் ஸ்பூன்

மேலே அலங்கரிக்க:

மிக மிகப் பொடியாக நறுக்கிய மல்லித்தழை மற்றும் புதினா - சிறிதளவு

2 டேபிள் ஸ்பூன் பொரித்த முழு முந்திரி (எண்ணெய்யில் பொன்நிறமாக பொரித்து வைத்துக் கொள்ளவும்)

செய்முறை:

❖ பச்சரிசியைக் கழுவி, 10 நிமிடம் ஊற வைத்து வடிகட்டவும்.

❖ ஒரு கனமான வாணலியில் எண்ணெய் காய வைத்து, பிரிஞ்சி இலை, அன்னாசி பூ தாளித்து, மஞ்சள் தூள் போட்டு, அரைத்த கலவையை ஊற்றி வதக்கவும்.

21

❖ சிறு தீயில் அடிபிடிக்காமல் 5 நிமிடம் வதக்கிய பிறகு, தேவையான அளவு உப்பு போட்டு, அரிசியையும் போட்டு, 4/12 கப் தண்ணீர்விட்டுக் கொதிக்க விடவும். கொதி வந்தவுடன் வாணலியை மூடி, தீயை சிம்மில் வைத்து 20 நிமிடம் கழித்துத் திறந்து மல்லித்தழை, புதினா தூவி, சூடாகப் பரிமாறவும்.

❖ இதற்கு ஏற்ற சைட்-டிஷ் கத்திரிக்காய் மசாலா கறி மற்றும் ஜோரான வெங்காய தயிர் பச்சடி.

11. காஷ்மீரி பன்னீர் பிரியாணி

தேவையான பொருள்கள்:

உதிராக வேக வைத்த பாஸ்மதி அரிசி சாதம் - 2 கப்

பொன் நிறமாகப் பொரித்த பன்னீர் துண்டுகள் - 1 கப் (பொரித்த பன்னீர் துண்டுகளை 2 கப் சுடு தண்ணீரில் போட்டு மூடி வைக்கவும்)

சர்க்கரை போட்ட துருவிய பால் கோவா - 1/4 கப்

உப்பு - ருசிக்கேற்ப

விழுதாக அரைக்க:

பட்டை - 1

சீரகம் - 1/2 டீ ஸ்பூன்

கசூரி மேத்தி (காய்ந்த வெந்தய கீரை) - 2 சிட்டிகை

பெரிய வெங்காயம் - 1 (நறுக்கியது)

பச்சை மிளகாய் - 2

கிஸ்மிஸ் - 4

கரம் மசாலா பொடி - 1 டீ ஸ்பூன்

தக்காளி - 2 பொடியாக நறுக்கிவைக்கவும்)

பட்டை, கிராம்பு, ஏலக்காய் - தலா1

தாளிக்க:

எண்ணெய் - - 2 டேபிள் ஸ்பூன்

நெய் - 2 டேபிள் ஸ்பூன்

பிரிஞ்சி இலை - 1

செய்முறை:

❖ அடிகனமான அகலமான ஒரு வாணலியில் எண்ணெய் + நெய் இரண்டையும் ஊற்றிக் காய வைத்து பிரிஞ்சி இலை தாளித்து, அரைத்த கலவையை ஊற்றி வதக்கவும். 10 நிமிடம் சிறு தீயில் வதக்கிய பிறகு

22

தேவையான அளவு உப்பு, வடிகட்டிய பன்னீர், சாதம் போட்டுக் கிளறி, சிறு தீயில் மேலும் 5 நிமிடம் வைத்து பழ பச்சடியுடன் பரிமாறவும்.

❖ *ருசியான காஷ்மீரி பன்னீர் பிரியாணி தயார்.*

12. பாட்டியாலா பிரியாணி

இந்த பாட்டியாலா பிரியாணி ஒரு பஞ்சாபி ஸ்பெஷல்

தேவையான பொருள்கள்:

உதிராக வேக வைத்த பாஸ்மதி அரிசி சாதம் - 2 கப்

பொன் நிறமாகப் பொரித்த பன்னீர் துண்டுகள் - 1 கப்

பொன் நிறமாகப் பொரித்த உருளைக் கிழங்கு துண்டுகள் - 1/2 கப்

பொன்நிறமாகப் பொரித்த காலிபிளவர் துண்டுகள் - 1/4 கப்

உப்பு - ருசிக்கேற்ப

நைசாக அரைக்க:

பெரிய வெங்காயம் - 2

தக்காளி - 3

பச்சை மிளகாய் - 6

இஞ்சி பூண்டு விழுது - 1 1/2 டீ ஸ்பூன்

மிளகாய் வத்தல் - 4

சோம்பு - 1 டீ ஸ்பூன்

பட்டை - 1

கிராம்பு - 2

ஏலக்காய் - 2

தயிர் - 1/4 கப்

மல்லித்தழை - 1/2 கட்டு

பிரியாணி வதக்க:

எண்ணெய் + நெய் - 2 டேபிள் ஸ்பூன்

மேலே தூவ:

மிகமிகப் பொடியாக நறுக்கிய புதினா - 1/2 கப்.

செய்முறை:

❖ *அடிகனமான, அகலமான வாணலியை அடுப்பில் வைத்து எண்ணெய்+நெய் ஊற்றிக் காய்ந்ததும் அரைத்த வைத்துள்ள கலவையைப் போட்டு வதக்கவும். சிறு தீயில் 10 நிமிடம் வதக்கி, பின்*

ருசிக்கேற்ற உப்பு, பொரித்த பன்னீர், காலிபிளவர், உருளைத் துண்டுகளைப் போட்டுக் கலந்து, கடைசியாக உதிராக வடித்து வைத்துள்ள பாஸ்மதி சாதத்தைப் போட்டுக் கலந்து கிளறி இறக்கவும்.

❖ அவ்வளவுதான் ருசியான பாட்டியாலா பிரியாணி ரெடி. பிரியாணியின் மேல் புதினா தூவி கலந்து சூடாக காரா சேவு சப்ஜி (அல்லது) பாலக் அர்ஹர் தாலுடன் பரிமாறவும்.

13. ஜோத் பூரி பிரியாணி

தேவையான பொருள்கள்:

உதிர் உதிராக வேக வைத்த பாஸ்மதி அரிசி சாதம் - 2 கப்

நீளமாக நறுக்கிய பெரிய வெங்காயம் - 1 கப்

நீளமாக நறுக்கிய பச்சை குடைமிளகாய் - 1 கப்

வேக வைத்த காய்கறிகள் (நீளமாக நறுக்கிய கேரட், பீன்ஸ்) - 1 கப்

வேக வைத்த பச்சைப் பட்டாணி - 1/2 கப்

உப்பு - ருசிக்கேற்ப

நைசாக அரைக்க:

தக்காளி - 3

பச்சை மிளகாய் - 4

இஞ்சி - 1 சிறு துண்டு

பூண்டு - 4 பல்

பச்சை கொத்தமல்லி - 1/2 கட்டு (நறுக்கியது)

கரம் மசாலா பொடி - 1 டீ ஸ்பூன்

மஞ்சள் தூள் - சிறிதளவு

தாளிக்க:

எண்ணெய் - 3 டேபிள் ஸ்பூன்

ஏலக்காய் - 4

சோம்பு - 1/2 டீ ஸ்பூன்

செய்முறை:

❖ ஒரு அகலமான, அடிகனமான வாணலியில் எண்ணெய் ஊற்றிக் காய வைத்து ஏலக்காய், சோம்பு தாளித்து வெங்காயம் வதக்கவும். வெங்காயம் வதங்கியதும் குடைமிளகாயைப் போட்டு வதக்கவும். அதன் பிறகு அரைத்து வைத்துள்ள கலவையைப் போட்டு எண்ணெய் மேலாகப் பிரியும் வரை மிதமான தீயில் வதக்கவும். பின் தேவையான

அளவு உப்பு, வேக வைத்த காய்கள், பட்டாணி போட்டுக் கலக்கவும். கடைசியாக உதிராக வடித்த சாதம் போட்டுக் கலந்து இறக்கவும்.

- ❖ ருசியான ஜோத்புரி பிரியாணி ரெடி.
- ❖ சூடாக குஜராத்தி கடி மற்றும் ராஜஸ்தான் பான்ச் மேல் தால் உடன் பரிமாறவும்.

14. நவாபி ஹைதராபாதி பிரியாணி

நவாப் மன்னர்களுக்காக
அரண்மனை சமையல் கலைஞர்களால்
பிரத்யேகமாக தயாரிக்கப்பட்ட இந்த பிரியாணி
வழிவழியாகத் தொடர்கிறது.

தேவையான பொருள்கள்:

பாஸ்மதி அரிசி - 2 கப்

பச்சைப் பட்டாணி - 1/4 கப்

உருளைக் கிழங்கு - 2 (தோல் எடுத்து துண்டுகளாக நறுக்கி வைக்கவும்)

காலிபிளவர் - 1 கப் (பூக்களாக எடுக்கவும்)

பச்சை கத்திரிக்காய் - 2 (நீள துண்டுகளாக்கவும்)

கேரட் - 2 (தோல் எடுத்து சிறு துண்டுகளாக்கிக்கொள்ளவும்)

உப்பு - ருசிக்கேற்ப

நெய் - 1 1/2 டீ ஸ்பூன்

எண்ணெய் - 3 டேபிள் ஸ்பூன்

தண்ணீர் - 3 கப்.

விழுதாக அரைக்க:

பெரிய வெங்காயம் - 1 கப் (நறுக்கியது)

தக்காளி - 2 (நறுக்கியது)

பச்சை மிளகாய் - 2

இஞ்சி - சிறு துண்டு

பூண்டு - 4 பல்

கிராம்பு - 4

பட்டை - 2

ஏலக்காய் - 3

தயிர் - 3 டேபிள் ஸ்பூன்

மஞ்சள்தூள் - 2 சிட்டிகை

குங்குமப்பூ - 1 சிட்டிகை

வரமிளகாய்வற்றல் - 2

மல்லித்தழை மற்றும் புதினா - சிறிதளவு

சோம்பு - 1 டீ ஸ்பூன்

மேலே அலங்கரிக்க:

நெய்யில் வறுத்த முந்திரி துண்டுகள் - சிறிதளவு

மிகப் பொடியாக நறுக்கிய மல்லித்தழை மற்றும் புதினா - சிறிதளவு

செய்முறை:

❖ *பாஸ்மதி அரிசியை 2 முறை கழுவி, 20 நிமிடம் தண்ணீரில் ஊறவைத்து வடிகட்டவும்.*

❖ *அடுத்ததாக ஒரு வாணலியில் நெய் விட்டு, காய்ந்தவுடன், அரிசியைப் போட்டு சிறு தீயில் காந்தாமல் 5 நிமிடம் வறுத்து வைக்கவும்.*

❖ *பிறகு கனமான ஒரு வாணலியை அடுப்பில் வைத்து எண்ணெயை ஊற்றிக் காய்ந்ததும், அரைத்த விழுதைப் போட்டு சிறு தீயில் 5 நிமிடம் வதக்கவும். பின் ருசிக்கேற்ற அளவு உப்பு, காய்கறிகளைப் போட்டு 5 நிமிடம் வதக்கவும். கடைசியாக அரிசி, 3 கப் தண்ணீர் சேர்த்து, கொதிக்கவிடவும்.*

❖ *முதல் கொதி வந்ததும், அடுப்பை சிம்மில் வைத்து வாணலியை மூடி போட்டு மூடி, 20 நிமிடம் வேகவிடவும். பின் மூடியைத் திறந்து மல்லித்தழை, புதினா, வறுத்த முந்திரி துண்டுகளைப் போட்டு, லேசாக முள் கரண்டியால் கிளறி விடவும்.*

❖ *நவாபி ஹைதராபாத் பிரியாணி ரெடி. சிப்ஸ், வெங்காய தயிர்ப் பச்சடி வைத்துப் பரிமாறவும்.*

15. ஹைதராபாதி காபூலி

தேவையான பொருள்கள்:

பாஸ்மதி அரிசி - 2 கப்

கடலை பருப்பு - 1/2 கப்

பெரிய வெங்காயம் - 2 (நீளமாக நறுக்கியது)

பச்சை மிளகாய் - 2 (கீறியது)

கெட்டியான, புளிப்பில்லாத கடைந்த தயிர் - 1/2 கப்

இஞ்சி பூண்டு பேஸ்ட் - 2 டீ ஸ்பூன்

மஞ்சள் தூள் - 2 சிட்டிகை

மிளகாய் தூள் - 1 டீ ஸ்பூன்
நெய் - 11/2 டீ ஸ்பூன்
பால் - 1/4 கப்
எண்ணெய் - 3 டேபிள் ஸ்பூன்
உப்பு - ருசிக்கேற்ப
தண்ணீர் - 3 3/4 கப்

நைசாக பொடிக்கவும்:

பட்டை - 1
ஏலக்காய் - 3
மிளகு - 6
சோம்பு - 1/2 டீ ஸ்பூன்
சீரகம் - 1/2 டீ ஸ்பூன்
கிராம்பு - 2

மேலே அலங்கரிக்க:

பொடியாக நறுக்கிய புதினா, மல்லி - சிறிதளவு.

செய்முறை:

❖ பாஸ்மதி அரிசியை 2 முறை கழுவி, 20 நிமிடம் தண்ணீரில் ஊறவைத்து வடிகட்டவும். கடலை பருப்பை கழுவி, 20 நிமிடம் ஊற வைத்து வடிகட்டவும்.

❖ பின் ஒரு கடாயில் நெய்விட்டு, அரிசியை சிறு தீயில் 5 நிமிடம் வரை அடிபிடிக்காமல் வறுக்கவும்.

❖ பின் அடி கனமான ஒரு வாணலியில் எண்ணெய் காய வைத்து, வெங்காயம், இஞ்சி பூண்டு விழுது சேர்த்து வதக்கவும். கூடவே ருசிக்கேற்ற அளவு உப்பு, மிளகாய் தூள், தயிர், மஞ்சள் தூள் போட்டு, தயிர் சுண்டும் வரை கிளறி - (சிறு தீயில் இருக்கட்டும்) விடவும். பின் பச்சை மிளகாய், அரிசி, அரைத்து வைத்துள்ள பொடி, அரிசி, 1/4 கப் பால், 33/4 கப் தண்ணீர், கடலைப் பருப்பு எல்லாவற்றையும் போட்டுக் கொதிக்கவிடவும். அடுப்பை சிம்மில் வைக்கவும்.

❖ முதல் கொதி வந்தவுடன் வாணலியை மூடி போட்டு மூடி வேகவிடவும். சுமார் 20 நிமிடம் கழித்து வாணலியைத் திறந்து, மல்லித்தழை, புதினா தூவி, முள் கரண்டியால் மெதுவாக கிளறி விடவும்.

❖ சூடான, சுவையான ஹைதராபாதி காபூலி தயார். மிக்ஸ்டு வெஜிடெபிள் கறி வைத்துப் பரிமாறவும். நல்ல மாங்காய் ஊறுகாயும் சூப்பர் தான்!

16. நெல்லூர் பிரியாணி

தேவையான பொருள்கள்:

நல்ல பச்சை அரிசி - 2 கப்

கேரட், பீன்ஸ், பீட்ரூட், நூல் கோல் (நறுக்கியது) - தலா 2 டேபிள் ஸ்பூன்

பச்சைப் பட்டாணி - 1/4 கப்

மல்லித்தழை - புதினா தழை (நறுக்கியது) - சிறிதளவு

தண்ணீர் 4 1/2 கப்

எண்ணெய் - 2 1/2 டேபிள் ஸ்பூன்

உப்பு - ருசிக்கேற்ப

நைசாக அரைக்க:

வெங்காய துண்டுகள் - 1 கப்

முந்திரி - 7 -8

பூண்டு - 5 பல்

இஞ்சி - 1 சிறிய துண்டு

மிளகு - 5

பச்சை மிளகாய் - 4

சோம்பு - 1 டீ ஸ்பூன்

ஏலக்காய் - 2

தேங்காய் - 2 டேபிள் ஸ்பூன்

மேலே தூவ:

சிறிதளவு பொடியாக நறுக்கிய புதினா

செய்முறை:

❖ பச்சரிசியை கழுவி, 10 நிமிடம் ஊற வைத்து வடிகட்டவும்.

❖ அடுத்து அடுப்பில் ஒரு கனமான வாணலி வைத்து எண்ணெயை ஊற்றிக் காய வைத்து, அரைத்த விழுதை சிறு தீயில் 5 நிமிடம் வரை வதக்கவும்.

❖ வாணலியில் வதக்கிய கலவையுடன், அரிசி, காய்கறி, மல்லித்தழை, புதினா, ருசிக்கேற்ற அளவு உப்பு போட்டு 5 நிமிடம் வதக்கவும். பின் அதனுடன் 4 1/2 கப் தண்ணீர் விட்டு கொதி வந்தவுடன் வாணலியை மூடி போட்டு மூடி சிறுதீயில் 20 நிமிடம் வேக விடவும். அதன் பின் திறந்து, மேலே புதினா தூவி, முள் கரண்டியால் உடையாமல் கிளறி பரிமாறவும்.

❖ இதற்கு தொட்டுக்கொள்ள கத்திரிக்காய் மசாலா கறி, பச்சடி வைத்துக் கொடுக்கலாம்.

17. தால் பிரியாணி

அரிசி, பருப்பு இரண்டும் கலந்த கலவையில் இந்த தால் பிரியாணி சுவையில் மட்டுமல்ல உடலுக்கும் நல்லது. குழந்தைகளுக்கு மிகவும் பிடிக்கும்.

தேவையான பொருள்கள்:

பாஸ்மதி அரிசி - 1 கப்

துவரம் பருப்பு - 1/4 கப்

உருளைக் கிழங்கு (வேகவைத்து தோல் உரித்து - சற்று பெரிய துண்டுகளாக்கி, எண்ணெய்யில் பொன்நிறமாக பொரிக்கவும்) - 3/4 கப்

வேக வைத்த பச்சைப் பட்டாணி - 1/4 கப்

நறுக்கிய பெரிய வெங்காயம் - 1 கப்

எண்ணெய் - 1 டேபிள் ஸ்பூன்

நெய் - 1 டேபிள் ஸ்பூன்

உப்பு - ருசிக்கேற்ப

தண்ணீர் - 2 கப்.

நைசாக அரைக்க:

சாம்பார் வெங்காயம் - 2

தக்காளி - 1.

பச்சை மிளகாய் - 2

பூண்டு - 3 பல்

இஞ்சி - 1 சின்ன துண்டு

சோம்பு - ஒரு சிட்டிகை

புதினா - 2 டீ ஸ்பூன்

பட்டை - 1 துண்டு

கிராம்பு - 2

ஏலக்காய் - 2

வரமிளகாய் - 1

மஞ்சள் தூள் - 1 சிட்டிகை

மேலே அலங்கரிக்க:

மல்லித்தழை, புதினா (நறுக்கியது) - சிறிதளவு.

செய்முறை:

❖ ***பாஸ்மதி அரிசியை 2 முறை கழுவி, தண்ணீரில் 20 நிமிடம் ஊறவைத்து வடிகட்டவும். துவரம் பருப்பை கழுவி, 30 நிமிடம் ஊறவைத்து வடிகட்டவும்.***

❖ பின் ஒரு கனமான வாணலியில் சிறிதளவு நெய்விட்டு, வடிகட்டிய பாஸ்மதி அரிசியை சிறு தீயில் அடிபிடிக்காமல் 5 நிமிடம் வறுத்து தனியே எடுத்து வைக்கவும்.

❖ அதே வாணலியில் எண்ணெய், நெய்விட்டுக் காய்ந்தவுடன், வெங்காயம் போட்டு, பொன்நிறமாக வதக்கி, பின் அரைத்த விழுதைப் போட்டு, சிறு தீயில் பச்சை வாசனை போகும் வரை வதக்கவும். பின் விழுதுடன் பாஸ்மதி அரிசி (நெய்யில் வறுத்தது), வடிகட்டிய பருப்பு இரண்டையும் போட்டு, ருசிக்கேற்ப உப்பு போட்டு, 2 கப் தண்ணீர் விட்டுகொதிக்கவிடவும்.

❖ முதல் கொதி வந்தவுடன், வாணலியை மூடி, தீயை சிம்மில் வைத்து 20 நிமிடம் வரை வேகவிடவும். பின் அடுப்பை அணைத்து, 5 நிமிடத்திற்குப் பிறகு, திறந்து, வறுத்த உருளைக்கிழங்கு, வேக வைத்த பச்சைப் பட்டாணி போட்டு, நறுக்கிய மல்லித்தழை, புதினா தூவி, ஒரு முள் கரண்டியால் மெதுவாகக் கிளறி இறக்கவும்.

❖ சூடான தால் பிரியாணி ரெடி.

❖ இந்த தால் பிரியாணிக்கு தொட்டுக்கொள்ள வெங்காய பச்சடி, வெஜிடெபிள் கறி மிகவும் பொருத்தமான சைட் - டிஷ்.

18. ஹரியாலி பிரியாணி

ஹரியாலி என்றால் பச்சை நிறம் என்று அர்த்தம். பாலக்கீரை சேர்த்த இந்த பச்சை வண்ண ஹரியாலி பிரியாணி சுவையிலும் ஜோராக இருக்கும்.

தேவையான பொருள்கள்:

பாஸ்மதி அரிசி - 2 கப்

நறுக்கிய பாலக்கீரை - 1 கப்

பச்சைப் பட்டாணி - 1 கப்

நறுக்கிய ப்ராக்கோலி - 1 கப்

நறுக்கிய பன்னீர் - 1 கப்

உப்பு - ருசிக்கேற்ப

நெய் - 1 1/4 டீ ஸ்பூன்

எண்ணெய் - 2 டேபிள் ஸ்பூன்

தண்ணீர் - 3 கப்

நைசாக அரைக்க:

பெரிய வெங்காயம் - (நறுக்கியது) - 1 கப்

பச்சை மிளகாய் - 4

பூண்டு - 4 பல்

இஞ்சி - 1 சிறு துண்டு

மல்லித்தழை - 1/2 கட்டு

ஏலக்காய் - 2

கிராம்பு - 2

பட்டை - 1

சோம்பு - 1/4 டீ ஸ்பூன்

மேலாகப் பிழிய:

எலுமிச்சை சாறு - 2 டேபிள் ஸ்பூன்.

செய்முறை:

❖ பாஸ்மதி அரிசியை இரண்டு முறை கழுவி, 20 நிமிடம் ஊறவைத்து வடிகட்டவும்.

❖ அடி கனமான ஒரு வாணலியில் 1 1/2 டீ ஸ்பூன் நெய்விட்டு, சிறு தீயில் வடிகட்டிய பாஸ்மதி அரிசியை அடிபிடிக்காமல் பொன் நிறமாக 5 நிமிடம்வரை வறுக்கவும்.

❖ பின் மற்றொரு கனமான கடாயில் எண்ணெய் விட்டு, அரைத்த விழுதை போட்டு சிறு தீயில் 5 நிமிடம்வரை கிளறவும். பின் அந்த விழுதுடன் வறுத்த அரிசி, ருசிக்கேற்ற அளவு உப்பு, பட்டாணி, பாலக் கீரை போட்டு, கூடவே 3 கப் தண்ணீர்விட்டு, கொதிக்கவிடவும். முதல் கொதி வந்ததும் மூடி போட்டு, சிறு தீயில் 20 நிமிடம் வைத்து வேகவிடவும். பிரியாணி அரை வேக்காடு வெந்ததும், பிராக்கோலி துண்டுகள் சேர்க்கவும்.

❖ சாதம் காய்கறிகள் அனைத்தும் வெந்த பின்பு, எலுமிச்சை சாறு பன்னீர் துண்டுகள் சேர்த்து, லேசாக முள் கரண்டியில் கலந்து சூடாகப் பரிமாறவும்.

❖ இந்த ஹரியாலி பிரியாணிக்கு ஏற்ற சைட் - டிஷ், தால் தட்கா, வெங்காய தயிர் பச்சடி.

19. பஜ்ஜி மிளகாய் பிரியாணி

தேவையான பொருள்கள்:

பாஸ்மதி அரிசி - 2 கப்

பஜ்ஜி மிளகாய் (விதை எடுத்து பெரிய துண்டுகளாக நறுக்கியது) - 1/4 கப்

உப்பு - ருசிக்கேற்ப

நெய் - 1 1/2 டீ ஸ்பூன்

எண்ணெய் - 2 டேபிள் ஸ்பூன்

தண்ணீர் - 4 கப்

நைசாக அரைக்க:

பூண்டு - 5 பல்

சோம்பு - 2 சிட்டிகை

பெரிய வெங்காயம் - 1

தக்காளி - 2

பட்டை - 1

தனியா தூள் - 1 டேபிள் ஸ்பூன்

தேங்காய் துருவல் - 2 டேபிள் ஸ்பூன்

முந்திரி - 5

பொடியாக நறுக்கிய புதினா - 2 டேபிள் ஸ்பூன்

செய்முறை:

❖ ஒரு பாத்திரத்தில் பாஸ்மதி அரிசி 2 கப் போட்டு, இரண்டுமுறை கழுவி, 20 நிமிடம் தண்ணீரில் ஊறவைத்து வடிகட்டவும்.

❖ பிறகு ஒரு வாணலியில் நெய் விட்டு வடிகட்டிய அரிசியைப் போட்டு தீயை சிறியதாக வைத்து அடிபிடிக்காமல் 5 நிமிடம் வறுக்கவும்.

❖ பின் வேறு அடிகனமான வாணலியில் எண்ணெய் விட்டுக் காய்ந்தவுடன், பெரிய துண்டுகளாக நறுக்கி வைத்துள்ள பஜ்ஜி மிளகாய் போட்டு, தீயை சிம்மில் வைத்து 4 நிமிடம் வதக்கி, பின் அரைத்த விழுதைப்போட்டு வதக்கவும். ஒரு 5 நிமிடம் வைத்து, பின் விழுதுடன் வறுத்த அரிசி, தேவையான அளவு உப்பு போட்டுக் கலந்து, 3 கப் தண்ணீர் விட்டு, கொதிக்க விடவும்.

❖ முதல் கொதி வந்தவுடன் மூடி போட்டு மூடி, அடுப்பை சிம்மில் வைத்து, 20 நிமிடம் கழித்து, திறந்தால் சுடச் சுட பஜ்ஜி மிளகாய் பிரியாணி ரெடி.

❖ பிரியாணியை வெள்ளை குருமா, பச்சடியுடன் பரிமாறவும்!

20. வெந்தய கீரை, பன்னீர் பிரியாணி

தேவையான பொருள்கள்:

பாஸ்மதி அரிசி - 2 கப்

நறுக்கிய பன்னீர் துண்டுகள் - 1 1/2 கப்

சுத்தம் செய்து கழுவி, நறுக்கிய வெந்தயக் கீரை - 1 கப்

உப்பு - ருசிக்கேற்ப

சர்க்கரை - 1 டீ ஸ்பூன்

தயிர் - 1/4 கப் (கெட்டியாக, புளிக்காத கடைந்த தயிர்)

தக்காளி துண்டுகள் - 1 கப்

நெய் - 1 டீ ஸ்பூன்

எண்ணெய் - 2 டேபிள் ஸ்பூன்

(அரிசி வேக வைக்க) தண்ணீர் - 3 கப்

விழுதாக அரைக்க:

இஞ்சி - சிறு துண்டு

பச்சை மிளகாய் - 4

பூண்டு - 4 பல்

சாம்பார் வெங்காயம் - 5.

தாளிக்க:

சீரகம் - 1 டீ ஸ்பூன்

மேலே தூவ:

சிறிதளவு நறுக்கிய மல்லித்தழை

கிச்சன் கிங் மசாலா பொடி (எல்லா பெரிய கடைகளிலும் கிடைக்கும்) - 2 சிட்டிகை

செய்முறை:

- *பாஸ்மதி அரிசியை 2 முறை கழுவி, 20 நிமிடம் தண்ணீரில் ஊறவைத்து வடிகட்டவும்.*
- *பின் ஒரு கடாயில் நெய் விட்டு, அரிசியை சிறு தீயில் 5 நிமிடம் காந்தாமல் வறுத்து வைக்கவும்.*
- *அடுத்து அடி கனமான வாணலியில் எண்ணெய் விட்டுக் காய்ந்ததும் சீரகம் தாளித்து, அரைத்த விழுதைப் போட்டு நிதானமான தீயில் வதக்கவும். பச்சை வாசனை போனதும் தக்காளி, வெந்தய கீரை, ருசிக்கேற்ற அளவு உப்பு, ரு டீஸ்பூன் சர்க்கரை போட்டு வதக்கி, கூடவே தயிரையும் ஊற்றி 5 நிமிடம் வதக்கவும். கலவை கெட்டியாக வதக்கவும்.*
- *பிறகு அரிசியைப் போட்டு 3 கப் தண்ணீர்விட்டு கொதிக்கவிடவும். கொதி வந்தவுடன் வாணலியை மூடிவைத்து, சிறு தீயில் 20 நிமிடம் வேகவைத்துத் திறந்தால் சாதம் பொலபொலவென்று வந்திருக்கும்.*
- *சாதத்தின் மேலே நறுக்கி வைத்துள்ள பன்னீர் துண்டுகள், மல்லித்தழை - கிச்சன் கிங் மசாலா தூவி, முள் கரண்டியால் லேசாக கலந்து சூடாகப் பரிமாறவும். இதற்கு தொட்டுக்கொள்ள பஞ்சாபி தால், பச்சடி சூப்பர் சைட் டிஷ்.*

21. பழ பிரியாணி

தேவையான பொருள்கள்:

பாஸ்மதி அரிசி - 2 கப்

நறுக்கிய ஆப்பிள், அன்னாசிபழத்துண்டுகள் - 1 கப்

(தோல் எடுத்து, சுத்தம் செய்த) கமலா ஆரஞ்சு பழ சுளைகள் - 1/4 கப்

நன்கு சுத்தம் செய்த விதையில்லாத கறுப்பு திராட்சைப் பழம் - 1/4 கப்

நெய் - 2 டேபிள் ஸ்பூன்

மிளகாய் தூள் - 3/4 டீ ஸ்பூன்

சர்க்கரை - 2 டீ ஸ்பூன்

உப்பு - ருசிக்கேற்ப

(அரிசி வேக வைக்க) தண்ணீர் - 3 கப்

நைசாக பொடிக்க:

கிராம்பு, ஏலக்காய் - தலா 2

நெய்யில் வறுத்து அலங்கரிக்க:

நறுக்கிய முந்திரி - 3 டேபிள் ஸ்பூன்

மிகப் பொடியாக நறுக்கிய புதினா தழை - 1 டேபிள் ஸ்பூன்

செய்முறை:

❖ *பாஸ்மதி அரிசியை 2 முறை கழுவி, 20 நிமிடம் தண்ணீரில் ஊறவைத்து வடிகட்டவும்.*

❖ *பின் ஒரு வாணலியில் 1 டீ ஸ்பூன் நெய் விட்டு அரிசியை அடிபிடிக்காமல், சிறு தீயில் வறுக்கவும்.*

❖ *அடுத்து அடுப்பில் அடிகனமான வாணலி வைத்து நெய்ஊற்றிக் காய்ந்ததும், அடுப்பை சிறு தீயில் வைத்துக்கொண்டு சர்க்கரையைப் போட்டுக் கிளறவும். சர்க்கரை கரைந்து பொன்நிறமானதும், அதனுடன் மிளகாய் தூள், ருசிக்கேற்ற அளவு உப்பு போட்டு, நைசாக அரைத்து வைத்துள்ள பொடியைப் போட்டுக் கிளறவும். கூடவே அரிசியைப் போட்டுக் கிளறி, 3 கப் தண்ணீர் விட்டு கொதிக்கவிடவும். கொதி வந்தவுடன் வாணலியை மூடி, 20 நிமிடம் சிறு தீயில் வைத்து வேகவிடவும்.*

❖ *சாதம் பொலபொலவென்று வந்ததும், பழங்கள், வறுத்த முந்திரி, புதினாவை போட்டு, லேசாக ஒரு முள் கரண்டியால் கலந்து சூடாகப் பரிமாறவும்.*

❖ *மிக மிக ருசியான பழ பிரியாணி ரெடி. தொட்டுக்கொள்ள கடாய் பன்னீர் வைத்து, பச்சடி வைத்துப் பரிமாறவும்.*

22. சன்னா பிரியாணி

தேவையான பொருள்கள்:

பாஸ்மதி அரிசி - 2 கப்

ஊறவைத்து வேக வைத்த வெள்ளை கொண்டைகடலை - 1 கப்

உப்பு - ருசிக்கேற்ப

நெய் - 1 டீ ஸ்பூன்

எண்ணெய் - 2 டேபிள் ஸ்பூன்

தயிர் - (கெட்டியாக, புளிக்காத கடைந்த தயிர்) - 1/4 கப்

தண்ணீர் - 3 கப்

நைசாக அரைக்க:

வெங்காயம் - 1

தக்காளி - 2

புதினா, மல்லி தலா - 1/4 கப்

பூண்டு - 5 பல்

இஞ்சி - 1 சிறு துண்டு

தனியா விதை - 1/4 டேபிள் ஸ்பூன்

சீரகம் - 1 டீ ஸ்பூன்

ஏலக்காய் - 2

பட்டை- 1

கிராம்பு - 2

வரமிளகாய் - 5

மேலே தூவ:

கசூரி மேத்தி (காய்ந்த வெந்திய கீரை) - சிறிதளவு

செய்முறை:

- *கொண்டைக்கடலையை முந்தின நாள் இரவே ஊறப்போட்டுக் கொள்ளவும் (குறிப்பாக குறைந்தது 8 மணிநேரமாவது ஊறவேண்டும்). பின் சிட்டிகை உப்பு போட்டு வேக வைத்து எடுத்துக் கொள்ளவும்.*
- *பின் பாஸ்மதி அரிசியை 2 முறை கழுவி, 20 நிமிடம் தண்ணீரில் ஊறவைத்து வடிகட்டவும்.*
- *பின் ஒரு கடாயில் 1 1/2 டீ ஸ்பூன் எண்ணெய் விட்டு, காய்ந்ததும் வடிகட்டிய அரிசியைப் போட்டு, சிறு தீயில் அடிபிடிக்காமல் 5 நிமிடம்வரை வறுக்கவும்.*
- *பின் அடி கனமான வாணலியில் எண்ணெய் விட்டுக் காய்ந்தவுடன் அரைத்து வைத்துள்ள விழுதைப் போட்டு 5 நிமிடம் வரை வதக்கவும்.*

அடுப்பு நிதானமாக எரியட்டும். பின் வேக வைத்த கொண்டைக்கடலை போட்டுக் கிளறவும். அதனுடன் அரிசி, தேவையான அளவு உப்பு, 3 3/4 கப் தண்ணீர் ஊற்றிக் கொதிக்க விடவும்.

❖ *முதல் கொதி வந்ததும் வாணலியை மூடி போட்டு மூடி வைக்கவும். 20 நிமிடம் வரை வரை வேக விட்டுத் திறந்தால் உதிர் உதிராக சன்னா பிரியாணி ரெடி.*

❖ *அதன் மேல் கசூரி மேத்தி தூவி, லேசாக ஒரு முள் கரண்டியால் கலந்து சூடாகப் பரிமாறவும்.*

❖ *தொட்டுக் கொள்ள பச்சடி, பன்னீர் பூர்ஜியுடன் பரிமாறவும்.*

23. ஷாஹி பிரியாணி

தேவையான பொருள்கள்:

பாஸ்மதி அரிசி - 2 கப்

பெரிய வெங்காயம் (நறுக்கியது) - 2

கேரட், பீன்ஸ், காலிபிளவர் (துண்டுகளாக நறுக்கியது) - 1 கப்

பச்சைப் பட்டாணி - 1/2 கப்

நெய் (அரிசியை வறுக்க) - 1 1/2 டீ ஸ்பூன்

நெய் (சமையலுக்கு) - 2 டேபிள் ஸ்பூன்

உப்பு - ருசிக்கேற்ப

குங்குமப்பூ - 1 சிட்டிகை (சிறிதளவு சூடான பாலில் கரைக்கவும்)

தண்ணீர் - 3 கப்

விழுதாக அரைக்க:

தக்காளி - 2

ஏலக்காய் - 3

பட்டை - 1

கிராம்பு - 3

பூண்டு - 4 பல்

இஞ்சி - சிறு துண்டு

மிளகாய் வத்தல் - 5

மேலே அலங்கரிக்க:

நெய்யில் வறுத்த பாதாம் துண்டுகள் (நீளமாக பாதாமை நறுக்கவும்) - சிறிதளவு

நெய்யில் வறுத்த திராட்சை, முந்திரி - தலா 2 டேபிள் ஸ்பூன்

பொடியாக நறுக்கிய மல்லித்தழை, மற்றும் புதினா - சிறிதளவு

36

செய்முறை:

- ❖ *ஒரு பாத்திரத்தில் பாஸ்மதி அரிசியை 2 முறை கழுவி, 20 நிமிடம் தண்ணீரில் ஊறவைத்து வடிகட்டவும்.*
- ❖ *பின் ஒரு வாணலியில் 1 1/2 டீ ஸ்பூன் நெய் விட்டுக் காய்ந்தவுடன், அரிசியை சிறு தீயில் அடிபிடிக்காமல் 5 நிமிடம்வரை வறுத்து எடுத்து வைக்கவும்.*
- ❖ *அடுத்ததாக அடிகனமான வாணலியை அடுப்பில் வைத்து 3 டேபிள் ஸ்பூன் நெய்விட்டுக் காய்ந்தவுடன், வெங்காயம் போட்டு வதக்கவும். வெங்காயம் பொன்நிறமாக வதங்கியதும் அரைத்த விழுதைப் போட்டு சிறு தீயில் 5 நிமிடம் வரை வதக்கவும். பின் அதனுடன் அரிசி நறுக்கிய காய்கறிகள் சேர்த்து, தேவையான அளவு உப்பு போட்டு 3 கப் தண்ணீர் விட்டு, கொதிக்க வைக்கவும். கொதி வந்தவுடன் வாணலியை மூடி வைத்து, 20 நிமிடம் சிம்மில் வைக்கவும்.*
- ❖ *பின் மூடியைத் திறந்து, பாலில் கலந்த குங்குமப்பூ, பொடித்து வைத்துள்ள பாதாம், வறுத்த முந்திரி, திராட்சை, மல்லித்தழை, புதினா போட்டு ஒரு முள் கரண்டியால் கிளறி சுடச் சுட பரிமாறவும்.*
- ❖ *சூப்பரான ஷாஹி பிரியாணி ரெடி.*
- ❖ *இதற்கு தொட்டுக் கொள்ள வெங்காய தயிர் பச்சடி தவிர வேறு எதுவும் தேவைப்படாது. ஏனென்றால் இதுவே நல்ல ஹெவியான பிரியாணி!*

24. சோயா பீன்ஸ் பிரியாணி

தேவையான பொருள்கள்:

பாஸ்மதி அரிசி - 2 கப்

சோயா பீன்ஸ் (இரவு ஊற வைக்கவும்) - 1/2 கப்

நறுக்கிய கலவை காய்கறிகள் (கேரட், பீன்ஸ், காலிபிளவர்) - 1 கப்

உப்பு - ருசிக்கேற்ப

நெய் - 1 1/2 டீ ஸ்பூன்

எண்ணெய் - 2 டேபிள் ஸ்பூன்

தண்ணீர் - 3 கப்

தாளிக்க:

பட்டை - 1

கிராம்பு - 2

பிரிஞ்சி இலை - 1

ஏலக்காய் - 2

நைசாக அரைக்க:

தயிர் - 1/4 கப்

வெங்காயம் - 2 (பொடியாக நறுக்கியது)

தக்காளி - 1 (பொடியாக நறுக்கியது)

இஞ்சி பூண்டு விழுது - 1 டீ ஸ்பூன்

சாம்பார் பொடி - 2 டீ ஸ்பூன்

தேங்காய் துருவல் - 2 டீ ஸ்பூன்.

மேலே தூவ:

மிகமிகப் பொடியாக நறுக்கிய மல்லித்தழை, புதினா தழை - சிறிதளவு

துருவிய சீஸ் - சிறிதளவு.

செய்முறை:

❖ பாஸ்மதி அரிசியை 2 முறை கழுவி, 20 நிமிடம் தண்ணீரில் ஊறவைத்து வடிகட்டவும்.

❖ இரவே ஊற வைத்த சோயா பீன்ஸை கழுவி, வேக வைத்து எடுத்துக்கொள்ளவும்.

❖ ஒரு வாணலியில் 1 1/2 டீ ஸ்பூன் நெய்விட்டு, அரிசியை சிறு தீயில் 5 நிமிடம் வறுத்து வைக்கவும்.

❖ பின் அதே வாணலியில் எண்ணெய்விட்டு, தாளிக்க கொடுத்துள்ள பட்டை, பிரிஞ்சி இலை, கிராம்பு, ஏலக்காய் தாளித்து, கலவை காய்கறிகள், அளவான உப்பு போட்டு 5 நிமிடம் வதக்கவும். பின் அரைத்த கலவையைச் சேர்த்து, அடுப்பை சிம்மில் வைத்து 5 நிமிடம் வதக்கிய பிறகு அரிசி, வேக வைத்த சோயா பீன்ஸ் போட்டுக் கிளறி, கூடவே 3 கப் தண்ணீர் ஊற்றிக் கொதிக்கவிடவும்.

❖ கொதி வந்தவுடன் மூடி, சிம்மில் 20 நிமிடம் வேக விடவும். பின் திறந்து பிரியாணியின் மீது மல்லித்தழை, புதினா தூவி, லேசாக ஒரு முள் கரண்டியால் கிளறி சூடாக பாலக் பச்சடி சிப்ஸ் வைத்துப் பரிமாறவும்.

❖ அட்டகாசமான சோயா பீன்ஸ் பிரியாணி ரெடி.

25. ராஜ்மா ஸப்ஜி பிரியாணி

தேவையான பொருள்கள்:

பாஸ்மதி அரிசி - 3 கப்

ராஜ்மா - 1 கப்

கேரட், நூல் கோல், முட்டைகோஸ் (நறுக்கியது) - 3/4 கப்

நறுக்கிய பாலக் கீரை (சிறிதளவு பெரியதாக நறுக்கவும்) - 1/4 கப்

உப்பு - ருசிக்கேற்ப

நெய் - 2 டீ ஸ்பூன்

எண்ணெய் - 2 1/2 டேபிள் ஸ்பூன்

க்ண்ணீர் - 4 1/2 கப்

நைசாக அரைக்க:

பெரிய வெங்காயம் (நறுக்கியது) - 1 கப்

தக்காளி துண்டுகள் - 1 கப்.

இஞ்சி - 1 சிறு துண்டு

புளிக்காத, கெட்டியான, தயிர் - 3 டேபிள் ஸ்பூன்

கசூரி மேத்தி (காய்ந்த வெந்தய கீரை) - 1 1/2 டேபிள் ஸ்பூன்

கிச்சன் கிங் மசாலா (எல்லா பெரிய கடைகளிலும் கிடைக்கும்) - 1 3/4 டேபிள் ஸ்பூன்

பூண்டு - 4 பல்

காஷ்மீரி மிளகாய் பொடி - 1/2 டீ ஸ்பூன் (இந்த மிளகாய் பொடி, அதிக காரமில்லாமல், நல்ல நிறத்துடன் இருக்கும், இதுவும் எல்லா பெரிய கடைகளிலும் கிடைக்கும்)

மேலே அலங்கரிக்க:

பொடியாக நறுக்கிய பச்சை கொத்தமல்லித்தழை - சிறிதளவு

செய்முறை:

❖ *ராஜ்மாவை இரவே ஊற வைத்து, காலையில் பிரஷர் குக்கரில் வேக வைத்து எடுத்துக்கொள்ளவும்.*

❖ *பாஸ்மதி அரிசியை 2 முறை கழுவி, 20 நிமிடம் ஊற வைத்து வடிகட்டவும்.*

❖ *வடிகட்டிய பாஸ்மதி அரிசியை ஒரு வாணலியில் 1 1/2 டீ ஸ்பூன் நெய்விட்டு, காய்ந்தவுடன் சிறு தீயில் 5 நிமிடம்வரை வறுக்கவும்.*

❖ *பின் அடிகனமான வாணலியில் எண்ணெய் காய வைத்து, அரைத்த விழுதை போட்டு 5 நிமிடம் சிறு தீயில் வதக்கவும். பின் பாலக் கீரை, காய்கறி, அளவான உப்பு, அரிசி, வேக வைத்த ராஜ்மா அனைத்தையும் போட்டு சிறு தீயில் 2 நிமிடம் வதக்கி பின் 4 1/2 கப் தண்ணீர் விட்டு கொதிக்க விடவும்.*

❖ *முதல் கொதி வந்தவுடன் வாணலியை மூடி, அடுப்பை சிம்மில் வைத்து 20 நிமிடம் வேகவிடவும்.*

- ❖ *பின் மூடியைத் திறந்து, மெதுவாக ஒரு முள் கரண்டியால் கலக்கவும். மல்லித்தழை தூவி சூடாகப் பரிமாறவும். இதற்கு வெங்காய தயிர் பச்சடி மட்டும் போதும்.*

26. தஹிரி

தஹிரி என்பது உடனே செய்யக்கூடிய சிம்பிள் ரைஸ்

தேவையான பொருள்கள்:

பாஸ்மதி அரிசி - 2 கப்

உப்பு - ருசிக்கேற்ப

நறுக்கிய காய்கறி கலவை (கேரட், பீன்ஸ், உருளைக் கிழங்கு) - 1 கப்

பச்சைப் பட்டாணி - 1 கப்

மஞ்சள் தூள் - 2 சிட்டிகை

நெய் - 1 1/2 டீ ஸ்பூன்

எண்ணெய் - 1 1/2 டேபிள் ஸ்பூன்

தண்ணீர் (பாஸ்மதி அரிசி வேகவைக்க) - 3 கப்

தாளிக்க:

சீரகம் - 2 டீ ஸ்பூன்

தஹிரியில் கலக்க:

துருவிய இஞ்சி - 2 டீ ஸ்பூன்

கரம் மசாலா பொடி - 1 1/2 டீ ஸ்பூன்

பொடியாக நறுக்கிய மல்லித்தழை - 1/4 கப்

நெய் - 1 டீ ஸ்பூன்

செய்முறை:

- ❖ *பாஸ்மதி அரிசியை 2 முறை கழுவி, 20 நிமிடம் ஊற வைத்து வடிகட்டவும்.*
- ❖ *பின் ஒரு வாணலில் நெய் விட்டுக் காய்ந்தவுடன் அரிசியைப் போட்டு, சிறு தீயில் 5 நிமிடம் வறுக்கவும்.*
- ❖ *அடுத்து ஒரு அடிகனமான வாணலியில் எண்ணெய் காயவைத்து, சீரகம் தாளித்து பின் காய்கறிகள் போட்டு வதக்கவும். கூடவே அரிசி, தேவையான உப்பு, மஞ்சள் தூள்போட்டு 5 நிமிடம் சிறு தீயில் வதக்கி, 3 கப் தண்ணீர் விட்டு கொதிக்க வைக்கவும். கொதி வந்தவுடன் மூடி போட்டு மூடி, அடுப்பை சிம்மில் வைத்து, 20 நிமிடம் வேக வைக்கவும்.*

- பிறகு மூடியைத் திறந்து, துருவிய இஞ்சி, கரம் மசாலா தூள், நெய், மல்லித்தழை தூவி, லேசாகக் கலந்து சூடாகப் பரிமாறவும்.
- இதற்கு ஏற்ற சைட் டிஷ் குஜராத்தி கடி.

27. கேசரியா பன்னீர் பிரியாணி

குங்குமப்பூ, பன்னீர் கலந்த கமகமக்கும் பிரியாணி கேசரியா பன்னீர் பிரியாணி.

தேவையான பொருள்கள்:

பாஸ்மதி அரிசி - 2 கப்

உப்பு - ருசிக்கேற்ப

நெய் - 1 1/2 டீ ஸ்பூன்

தண்ணீர் - 3 கப்

கேசரியா பன்னீர் செய்முறை:

பன்னீர் துண்டுகள் (முக்கோணமாக நறுக்கவும்) - 1 கப்

நெய் - 2 டீ ஸ்பூன்

எண்ணெய் - 2 டீ ஸ்பூன்

குங்குமப்பூ (பாலில் ஊற வைத்தது) - 2 சிட்டிகை

உப்பு - ருசிக்கேற்ப

நைசாக அரைக்க:

(கீழ்க்கண்ட பொருள்களை 1 1/2 டீ ஸ்பூன் எண்ணெய்யில் பொன்நிறமாக வதக்கி பின் ஆறவைத்து அரைக்கவும்)

பெரிய வெங்காயம் (நறுக்கியது) - 2

தக்காளி (நறுக்கியது) - 4

நறுக்கிய பூண்டு - 4 பல்

நறுக்கிய இஞ்சி - ஒரு சிறு துண்டு

ஏலக்காய் - 3

பட்டை - 1

கிராம்பு - 3

கசூரி மேத்தி (காய்ந்த வெந்தய கீரை இலைகள்) - 1 டேபிள் ஸ்பூன்

காஷ்மீரி மிளகாய் பொடி (இதற்கு நல்ல நிறம் உண்டு, காரம் இல்லை, எல்லா பெரிய கடைகளிலும் கிடைக்கும்) - 1 டீ ஸ்பூன்

நறுக்கிய மல்லித்தழை - சிறிதளவு

மேலே அலங்கரிக்க:

நெய்யில் வறுத்த முந்திரி துண்டுகள் - சிறிதளவு

பொடியாக நறுக்கிய மல்லித்தழை - சிறிதளவு

சாதம் செய்முறை:

- பாஸ்மதி அரிசியை 2 முறை கழுவி, 20 நிமிடம் தண்ணீரில் ஊற வைத்து, பின்பு வடிகட்டவும்.
- அடுத்து ஒரு கடாயில் நெய் விட்டு அரிசியை நிறம் மாறாமல் சிறு தீயில் 5 நிமிடம் வறுத்து, பின் 3 கப் தண்ணீர் விட்டு கொதி வந்தவுடன் மூடி, சிறு தீயில் 20 நிமிடம் வேக வைக்கவும்.
- சாதம் வெந்தவுடன், ஒரு பரவலான தட்டில் கொட்டி ஆறவிடவும். ஒரு முள் கரண்டியை பயன்படுத்தவும். அரிசி உடையாது.

கேசரியா பன்னீர் செய்முறை:

- முதலில் பன்னீரை ஒரு பாத்திரத்தில் 5 கப் கொதிக்கும் தண்ணீரை விட்டு, சிட்டிகை மஞ்சள் தூள் போட்டு, பன்னீரை போட்டு மூடி வைக்கவும்.
- அடுத்து நல்ல அகலமான, கனமான வாணலியில், நெய் + எண்ணெய் ஊற்றிக் காய்ந்ததும் அரைத்த விழுதை போட்டு, சிறு தீயில் 10 நிமிடம் வதக்கி, தேவையான உப்பு சேர்க்கவும்.
- பின் பன்னீரை வடிகட்டி சேர்க்கவும். குங்குமப்பூ போட்டுக் கலந்து, முந்திரி, மல்லித்தழை போட்டு அடுப்பிலிருந்து இறக்கி பன்னீர் உடையாமல் கலக்கவும்.

பிரியாணி ரெடி செய்ய:

- தயார் செய்த கேசரியா பன்னீரை ஆறவிட்டிருக்கும் சாதத்தில் கொஞ்சம் கொஞ்சமாகப் போட்டுக் கலந்துகொள்ளவும்.
- பின் சூடு செய்து சூடாகப் பரிமாறவும்.
- இதற்கு தொட்டுக் கொள்ள வெள்ளரிக்காய் தயிர் பச்சடி சிப்ஸ், ஏற்றது.

சாதத்தை சூடு செய்யும் முறை:

- மைக்ரோவேவ் இருந்தால் மைக்ரோ ப்ருப் பாத்திரத்தில் போட்டு சுட வைக்கலாம்

(அல்லது)

- ஒரு பாத்திரத்தில் சிறிதளவு நெய் தடவி, கேசரியா பன்னீர் பிரியாணியைப் போட்டு, பிரஷர் குக்கரில் வெயிட் போடாமல் கப் போட்டு சிம்மில் 10 நிமிடம் சுட வைக்கலாம். சூப்பராக இருக்கும்!

28. கோப்தா பிரியாணி

தேவையான பொருள்கள்:

பாஸ்மதி அரிசி - 3 கப்

உப்பு - ருசிக்கேற்ப

நெய் - 1 1/2 டீ ஸ்பூன்

எண்ணெய் - 2 டேபிள் ஸ்பூன்

தண்ணீர் - 4 1/2 கப்

விழுதாக அரைக்க:

பெரிய வெங்காயம் (நறுக்கியது)- 2

தக்காளி (நறுக்கியது) - 3

கிராம்பு - 2

மஞ்சள் தூள் - 2 சிட்டிகை

மிளகாய் தூள் - 1 டீ ஸ்பூன்

தனியா தூள் - 1 டீ ஸ்பூன்

கரம் மசாலா தூள் - 1 டீ ஸ்பூன்

புதினா (நறுக்கியது) - 1 டேபிள் ஸ்பூன்

மல்லித்தழை (நறுக்கியது) - 2 டீ ஸ்பூன்

கோப்தாவிற்குத் தேவையான பொருள்கள்:

உருளைக்கிழங்கு - 2 (வேகவைத்து, தோல் உரித்து வைக்கவும்)

கடலை மாவு - 5 டேபிள் ஸ்பூன்

துருவிய பன்னீர் - 1 கப்

பேக்கிங் பவுடர் - ஒரு சிட்டிகை

உப்பு - ருசிக்கேற்ப

பச்சை மிளகாய் (பொடியாக நறுக்கியது) - 2

மிளகாய் தூள் - 1/2 டீ ஸ்பூன்

தனியா தூள் - 1 டீ ஸ்பூன்

இஞ்சி பூண்டு விழுது - 1/2 டீ ஸ்பூன்

நறுக்கிய பச்சை கொத்தமல்லித்தழை - சிறிதளவு

மாவு கலக்க தண்ணீர் - சிறிதளவு

கோப்தா பொரிக்க எண்ணெய் - 1/4 கிலோ

கோப்தா செய்முறை:

❖ வேக வைத்த உருளைக்கிழங்கு, கடலைமாவு, பன்னீர், பேக்கிங் பவுடர், உப்பு, பச்சை மிளகாய், மிளகாய் தூள், தனியா தூள், இஞ்சி பூண்டு

விழுது, மல்லித்தழை அனைத்தையும் ஒரு தாம்பளத்தில் போட்டுக் கலந்து, தண்ணீர் தெளித்து கெட்டியாகப் பிசையவும்.

❖ பின் பிசைந்ததை சிறு சிறு உருண்டைகளாக உருட்டி, சூடான எண்ணெயில் பொன் நிறமாகப் பொரித்து எடுக்கவும். பொரித்த கோப்தாவை ஒரு கிச்சன் டிஷ்யு பேப்பரில் வைக்கவும்.

பிரியாணி தயாரிக்கும் முறை:

❖ பாஸ்மதி அரிசியை இரண்டு முறை கழுவி, 20 நிமிடம் தண்ணீரில் ஊற வைத்து வடிகட்டவும். பின் ஒரு வாணலியில் நெய்விட்டு அரிசியை சிறு தீயில் 5 நிமிடம் வறுக்கவும்.

❖ அடுத்ததாக அடி கனமான அகலமான வாணலியில் எண்ணெய் ஊற்றிக் காய வைத்து, நைசாக அரைத்து வைத்துள்ள விழுதைப் போட்டு சிறு தீயில் 5 நிமிடம் கிளறவும்.

❖ பின் அந்த விழுதுடன் வறுத்த அரிசி, தேவையான அளவு உப்பு போட்டு, 4 1/2 கப் தண்ணீர் விட்டு கொதிக்க விடவும். கொதி வந்தவுடன் வாணலியை மூடி, சிம்மில் வைத்து 20 நிமிடம் சாதத்தை வேக வைக்கவும்.

❖ 20 நிமிடத்துக்குப் பின் திறந்து, பொரித்துவைத்துள்ள கோப்தாவைப் போட்டு, லேசாக கிளறி சுடச் சுடப் பரிமாறவும்.

❖ அருமையான கோப்தா பிரியாணி ரெடி.

❖ இதற்கு தொட்டுக் கொள்ள பாலக் தயிர் பச்சடி மிகவும் சூப்பராக இருக்கும்.

29. பஸந்தா பிரியாணி

பஸந்தா என்றால் மனத்துக்கு மிகவும் பிடித்தது என்று அர்த்தம். இந்த பிரியாணியும் எல்லோர் மனத்துக்கும் பிடித்துப் போகும்.

தேவையான பொருள்கள்:

பாஸ்மதி அரிசி - 2 கப்

நறுக்கிய பெரிய வெங்காயம் - 1/2 கப்

நறுக்கிய தக்காளி - 1 கப்.

பொன்நிறமாகப் பொரித்த காலிப்ளவர் துண்டுகள் - 2 கப்

எண்ணெய் - 2 டேபிள் ஸ்பூன்

நெய் - 11/2 டீ ஸ்பூன்

உப்பு - ருசிக்கேற்ப

தண்ணீர் - 3 கப்

நைசாக அரைக்க:

ஊற வைத்த மிளகாய் வற்றல் - 3

பூண்டு - 2 பல்

இஞ்சி - சிறு துண்டு

தனியா விதை - 1 டீ ஸ்பூன்

சீரகம் - 2 சிட்டிகை.

மேலே அலங்கரிக்க:

பொன்நிறமாக பொரித்த பன்னீர் துண்டுகள் - சிறிதளவு

நறுக்கிய மல்லித்தழை, புதினா தழை - சிறிதளவு.

செய்முறை:

❖ பாஸ்மதி அரிசியை இரண்டு முறை கழுவி, 20 நிமிடம் தண்ணீரில் ஊற வைத்து வடிகட்டவும். பின் ஒரு வாணலியில் நெய்விட்டு அரிசியை சிறு தீயில் 5 நிமிடம் வறுக்கவும்.

❖ பின் மீண்டும் வாணலியில் எண்ணெயைக் காய வைத்து, வெங்காயத்தைப் போட்டு சிறு தீயில் பொன்நிறமாக வதக்கவும். பின் தக்காளி துண்டுகளைப் போட்டு வதக்கி, தக்காளி கூழானதும் அரைத்து வைத்துள்ள விழுதைப் போட்டு மேலும் 5 நிமிடம் வதக்கவும். பிறகு தேவையான அளவு உப்பு, வறுத்த அரிசியைப் போட்டுக் கிளறி, 3 கப் தண்ணீர் விட்டுக் கொதிக்கவிடவும்.

❖ முதல் கொதி வந்தவுடன் வாணலியை மூடி போட்டு மூடி, அடுப்பை சிறு தீயில் 20 நிமிடம் வைக்கவும். குறிப்பிட்ட நேரத்துக்குப் பிறகு திறந்து, சாதத்துடன் பொரித்து வைத்துள்ள காலிபிளவர், பன்னீர் துண்டுகள், மல்லித்தழை, புதினா சேர்த்து கலந்தால் ருசியான பாலந்தா பிரியாணி ரெடி.

❖ இதற்கு சூப்பர் சைட்-டிஷ்ஷான பாலக் பச்சடி மற்றும் ராஜ்மா மசாலாவுடன் சூடாகப் பரிமாறவும்.

30. கார்ன், மட்டர் பிரியாணி

தேவையான பொருள்கள்:

பாஸ்மதி அரிசி - 2 கப்

மக்காச் சோள மணிகள் - 1 கப்

உரித்த பச்சைப் பட்டாணி - 1/2 கப்

உப்பு - ருசிக்கேற்ப

பால் - 1 கப்

நெய் - 1 1/2 டீ ஸ்பூன்

தண்ணீர் - 2 கப்

நைசாக அரைக்க:

சாம்பார் வெங்காயம் - 6

தக்காளி - 2

பச்சை மிளகாய் - 2

பூண்டு - 2 பல்

இஞ்சி - சிறு துண்டு

தேங்காய் துருவல் - 2 டீ ஸ்பூன்

புதினா 1/4 கப்.

தாளிக்க:

எண்ணெய் - 2 டேபிள் ஸ்பூன்

சீரகம் - 1/2 டீ ஸ்பூன்

சோம்பு - 2 சிட்டிகை

மேலே அலங்கரிக்க:

கசூரி மேத்தி இலை (காய்ந்த வெந்தய கீரை) - சிறிதளவு

செய்முறை:

❖ *பாஸ்மதி அரிசியை இரண்டு முறை கழுவி, 20 நிமிடம் தண்ணீரில் ஊற வைத்து வடிகட்டவும். பின் ஒரு வாணலியில் நெய்விட்டு அரிசியை சிறு தீயில் 5 நிமிடம் வறுக்கவும்.*

❖ *அடுத்து மீண்டும் அடுப்பில் வாணலி வைத்து எண்ணெய் ஊற்றிக் காய்ந்தது சீரகம், சோம்பு தாளித்து, அரைத்து வைத்துள்ள கலவையை சிறு தீயில் 5 நிமிடம் வதக்கவும்.*

❖ *பின் விழுதுடன் பட்டாணி, சோள மணிகள் போட்டு, தேவையான அளவு உப்பு சேர்த்து சிறு தீயில் மேலும் 5 நிமிடம் வதக்கவும்.*

❖ *வதக்கிய பிறகு அரிசி, 1 கப் பால், 2 கப் தண்ணீர் விட்டுக் கொதிக்க விடவும். கொதி வந்தவுடன் வாணலியை மூடி போட்டு மூடி, 20 நிமிடம் சிறு தீயில் பிரியாணியை வேக வைக்கவும்.*

❖ *குறிப்பிட்ட நேரத்துக்குப் பின் திறந்து கிளிறி, கசூரி மேத்தி இலை தூவி, சூடாகப் பரிமாறவும்.*

❖ *அபாரமான கார்ன், மட்டர் பிரியாணிக்கு தொட்டுக் கொள்ள தக்காளி தயிர் பச்சடி ஜோர்.*

31. பீலி பிரியாணி

பீலி பிரியாணி என்றால் மஞ்சள் கலர் பிரியாணி. பீலி என்றால் மஞ்சள் நிறம்.

தேவையான பொருள்கள்:

2 கப் பாஸ்மதி அரிசி (2முறை கழுவி, 20 நிமிடம் ஊற வைத்து வடிகட்டவும்)

உப்பு - ருசிக்கேற்ப

கேரட் நறுக்கியது - 1 கப்

பட்டாணி - 1/2 கப்

நெய் - 11/2 டீ ஸ்பூன்

எண்ணெய் - 2 டேபிள் ஸ்பூன்

சீரகம் - 1 டீ ஸ்பூன்

தண்ணீர் - 3 கப்

நைசாக அரைக்க:

மஞ்சள் தூள் - 1 டீ ஸ்பூன்

பூண்டு - 2 பல்

இஞ்சி - 1 சிறு துண்டு

பட்டை, கிராம்பு, ஏலக்காய் தலா - 2

பச்சை மிளகாய் - 2

மிளகாய் வற்றல் - 1

குங்குமப்பூ - 1 சிட்டிகை.

மேலே அலங்கரிக்க:

மிகமிகப் பொடியாக நறுக்கிய பச்சை கொத்தமல்லித்தழை, புதினா - சிறிதளவு.

செய்முறை:

❖ *பாஸ்மதி அரிசியை இரண்டு முறை கழுவி, 20 நிமிடம் தண்ணீரில் ஊற வைத்து வடிகட்டவும். பின் ஒரு வாணலியில் நெய்விட்டு அரிசியை சிறு தீயில் 5 நிமிடம் வறுக்கவும்.*

❖ *பின் மீண்டும் வாணலியில் எண்ணெய் ஊற்றிக் காய வைத்து, சீரகம் தாளித்து, அரைத்த கலவையைப் போட்டு 5 நிமிடம் வதக்கவும். பச்சை வாசனை போனதும் கேரட், பட்டாணி, தேவையான அளவு உப்பு, அரிசியைப் போட்டு 3 கப் தண்ணீரை ஊற்றிக் கொதிக்க விடவும். கொதிவந்தவுடன் வாணலியை மூடி, அடுப்பை சிம்மில் 20 நிமிடம் வைக்கவும்.*

❖ *அதன் பிறகு திறந்து, மல்லித்தழை, புதினா தூவிக் கலந்து சூடாக வெங்காய தாள் தயிர் பச்சடி, சன்னா மசாலாவுடன் பரிமாறவும்.*

❖ *ருசியான பீலி பிரியாணி ரெடி.*

32. பட்டர் பிரியாணி

தேவையான பொருள்கள்:

பாஸ்மதி அரிசி - 2 கப்

வெண்ணெய் (பாஸ்மதி அரிசி வறுப்பதற்கு) - 1 1/2 டீ ஸ்பூன்

வெண்ணெய் (சமையலுக்கு) - 3 டேபிள் ஸ்பூன்

நீளமாக நறுக்கிய வெங்காயம் - 1 கப்

நீளமாக நறுக்கிய பூண்டு - 4 பல்

உரித்த பச்சைப் பட்டாணி - 1/2 கப்

பேபிகார்ன் வில்லைகள் - 1/2 கப்

இஞ்சி - சிறு துண்டு (பொடியாக நறுக்கியது)

கீறிய பச்சை மிளகாய் - 2

உப்பு - ருசிக்கேற்ப

பொடியாக நறுக்கிய புதினா மற்றும் மல்லித்தழை - சிறிதளவு

தண்ணீர் - 2 கப்

பால் - 1 கப்

தாளிக்க:

பட்டை - 1

கிராம்பு - 3

ஏலக்காய் - 3

சோம்பு - 2 சிட்டிகை

மேலே அலங்கரிக்க:

சிறிதளவு நெய்யில் வறுத்த முந்திரி, கிஸ்மிஸ்

செய்முறை:

❖ பாஸ்மதி அரிசியை இரண்டுமுறை கழுவி, 20 நிமிடம் ஊற வைத்து வடிகட்டவும்.

❖ அடுத்து வாணலியில் 1 1/2 டீ ஸ்பூன் வெண்ணெய் போட்டு, அரிசியை சிறு தீயில் 5 நிமிடம் வறுக்கவும்.

❖ பின் நல்ல அடி கனமான வாணலியை அடுப்பில் வைத்து, மீதியுள்ள 3 டேபிள்ஸ்பூன் வெண்ணெயைப் போட்டு, பட்டை, கிராம்பு, ஏலக்காய், சோம்பு தாளிக்கவும்.

❖ பிறகு வெங்காயத்தைப் போட்டு வதக்கவும். வெங்காயம் வதங்கியதும் இஞ்சி, பூண்டைச் சேர்த்து வதக்கவும். அடுப்பு சிறு தீயில் இருப்பது

அவசியம். பின் பட்டாணி, கார்ன், கீறிய பச்சை மிளகாய், புதினா, மல்லித்தழை போட்டு தேவையான அளவு உப்பு சேர்த்து ஒரு கிளறு கிளறி, கடைசியாக அரிசியைப் போடவும்.

❖ அரிசியுடன் பால், மற்றும் தண்ணீரையும் ஊற்றி கொதிக்க விடவும். கொதி வந்தவுடன் வாணலியை மூடி அடுப்பை சிம்மில் 20 நிமிடம் வைத்திருந்து இறக்கவும்.

❖ கமகமக்கும் பட்டர் பிரியாணி ரெடி.

❖ மூடியைத் திறந்து பட்டர் பிரியாணியை சுடச் சுட கத்திரிக்காய் மசாலா கறி, பாலக் பச்சடியுடன் பரிமாறவும்.

33. பலா பிரியாணி

தேவையான பொருள்கள்:

பாஸ்மதி அரிசி - 2 கப்

பலாக்காய் (சற்று பெரிய துண்டுகளாக நறுக்கியது) - 3/4 கப்

உப்பு - ருசிக்கேற்ப

மஞ்சள் தூள் - ஒரு சிட்டிகை

நெய் - 1 1/2 டீ ஸ்பூன்

தண்ணீர் - 3 கப்

நைசாக அரைக்க:

பெரிய வெங்காயம் - 1 கப்

தக்காளி துண்டுகள் - 2 கப்

ஊறவைத்த மிளகாய் வற்றல் - 2

இஞ்சி - 1 சிறு துண்டு

பூண்டு - 3 பல்

புதினா - 1 கையளவு

பாவ்பாஜி மசாலா பொடி - 1 டீ ஸ்பூன்

தனியா தூள் - 1/2 டீ ஸ்பூன்

தாளிக்க:

எண்ணெய் - 3 டேபிள் ஸ்பூன்

சோம்பு - 1 சிட்டிகை

சீரகம் - 1 சிட்டிகை

பட்டை - 1

கிராம்பு - 2

ஏலக்காய் - 3

மேலே தூவி கலக்க:

மல்லித்தழை - 1/4 கப் (மிகமிகப் பொடியாக நறுக்கியது)

செய்முறை:

- முதலில் ஒரு சிட்டிகை மஞ்சள் தூளைப் போட்டு, பலாக்காய் துண்டுகளை வேக வைத்து எடுத்துக் கொள்ளவும்.
- பின் பாஸ்மதி அரிசியை 2 முறை கழுவி, 20 நிமிடம் தண்ணீரில் ஊற வைத்து வடிகட்டவும். ஒரு வாணலியில் நெய் காய வைத்து, வடிகட்டிய அரிசியைப் போட்டு 5 நிமிடம் சிறு தீயில் வறுக்கவும்.
- அடுத்ததாக மீண்டும் அடுப்பில் வாணலி வைத்து எண்ணெய் ஊற்றிக் காய்ந்ததும், சோம்பு, சீரகம், கிராம்பு, பட்டை, ஏலக்காயை தாளித்து, அரைத்த விழுதைப் போட்டு, சிறு தீயில் 5 நிமிடம் விடாமல் வதக்கவும்.
- அடுத்து அந்த விழுதுடன் வேக வைத்த பலாக்காய், தேவையான அளவு உப்பு, அரிசியைப் போட்டு ஒரு கிளறு கிளறி, 3 கப் தண்ணீர் விட்டுக் கொதிக்க வைக்கவும். கொதி வந்தவுடன் வாணலியை மூடி, அடுப்பை குறைந்த தீயில் 20 நிமிடம் வைத்து, பின் திறந்து, மல்லித்தழை தூவி இறக்கினால் சூப்பரான பலா பிரியாணி ரெடி.
- இந்த பிரியாணிக்கு ஏற்ற சைட்-டிஷ்- வெள்ளை குருமா, பாலக் அர்ஹர் தால்

34. டிரை ப்ரூட் பிரியாணி

தேவையான பொருள்கள்:

பாஸ்மதி அரிசி - 2 1/2 கப்

பெரிய வெங்காயம் (நறுக்கியது) - 1

துருவிய ஆரஞ்சு தோல் - 2 டேபிள் ஸ்பூன்

உப்பு - ருசிக்கேற்ப

தண்ணீர் - 4 கப்

நெய் - 1 1/2 டீ ஸ்பூன்

தாளிக்க:

நெய் - 2 டேபிள் ஸ்பூன்

நறுக்கிய இஞ்சி துண்டுகள் - 1 டேபிள் ஸ்பூன்

சீரகம் - 1 டீ ஸ்பூன்

நைசாக அரைக்க:

தோல் சீவி நறுக்கிய ஆப்பிள் - 1/4 கப்

நறுக்கிய அன்னாசி பழத்துண்டுகள் - 1/4 கப்

பூண்டு - 1 பல்

பச்சை மிளகாய் - 1

மேலே அலங்கரிக்க:

பாதாம், முந்திரி, பிஸ்தா, அக்ரூட் (நெய்யில் வறுத்து) - தலா 1 1/2 டீ ஸ்பூன்

சர்க்கரைப் பொடி - 1 டேபிள் ஸ்பூன்

பொடியாக நறுக்கிய புதினா இலைகள் - 1 டேபிள் ஸ்பூன்

பாலில் ஊற வைத்த குங்குமப்பூ - சிறிதளவு

செய்முறை:

- *பாஸ்மதி அரிசியை இரண்டு முறை கழுவி, 20 நிமிடம் தண்ணீரில் ஊறவைத்து வடிகட்டி வைக்கவும்.*
- *அடுத்து ஒரு வாணலியில் நெய் ஊற்றிக் காய வைத்து அரிசியை சிறு தீயில் வறுத்து (5 நிமிடம் வறுக்கவும்) எடுத்து வைக்கவும்.*
- *பின் மீண்டும் வாணலியை அடுப்பில் வைத்து நெய் ஊற்றிக் காய்ந்ததும், சீரகம் தாளித்து, இஞ்சியை வதக்கி, அரிசி, தேவையான அளவு உப்பு, அரைத்த விழுதுக் கலவையைப் போட்டு, கூடவே 4 கப் தண்ணீர் விட்டு, கொதிக்க விடவும்.*
- *முதல் கொதி வந்தவுடன் மூடி போட்டு மூடி, அடுப்பை சிம்மில் 20 நிமிடம் வைத்து, பின் இறக்கவும். மூடியைத் திறந்து துருவிய ஆரஞ்சு தோல், வறுத்த பாதாம், முந்திரி, பிஸ்தா, அக்ரூட், புதினா, சர்க்கரை பொடி, பாலில் ஊறவைத்த குங்குமப்பூவை அனைத்தையும் போட்டுக் கலந்து சூடாகப் பரிமாறவும்.*
- *ருசியான டிரை ப்ரூட் பிரியாணி ரெடி. இதற்கு ஏற்ற சைட்-டிஷ்- மட்டர் பன்னீர் மசாலா (அல்லது) பன்னீர் பசந்தா. ஏற்ற தயிர் பச்சடி - பாலக் பச்சடி.*

35. ஓரியண்டல் பிரியாணி

தேவையான பொருள்கள்:

பாஸ்மதி அரிசி - 2 கப் (உதிராக வேகவைக்கவும்)

சற்று பெரிய துண்டுகளாக நறுக்கிய உருளைக்கிழங்கு (வேக வைத்தது) - 1/2 கப்

நறுக்கிய கேரட், பீன்ஸ், பட்டாணி (வேக வைத்தது) - 1/2 கப்

வேக வைத்த வெள்ளை கொண்டைக் கடலை - 1/2 கப்

உப்பு - ருசிக்கேற்ப

எண்ணெய் - 3 டேபிள் ஸ்பூன்

நைசாக அரைக்க:

சாம்பார் வெங்காயம் - 10

தக்காளி - 2

இஞ்சி - 1 சிறு துண்டு

பூண்டு - 3 பல்

தேங்காய் பத்தை - 1

தனியா விதை - 1 டீ ஸ்பூன்

சீரகம் - 1 டீ ஸ்பூன்

அன்னாசி பூ - 1 சிறு துண்டு

ஊற வைத்த மிளகாய் வற்றல் - 3

மேலே அலங்கரிக்க:

எலுமிச்சை சாறு - 2 டீ ஸ்பூன்

மிகமிகப் பொடியாக நறுக்கிய வெங்காயத் தாள் - சிறிதளவு.

செய்முறை:

❖ பாஸ்மதி அரிசியை உதிர் உதிராக வேக வைத்து எடுத்துக்கொள்ளவும்.

❖ அடுத்து அடி கனமான ஒரு வாணலியில் எண்ணெய் காய வைத்து, அரைத்த கலவையை அதில் போட்டு பச்சை வாசனை போகும் வரை வதக்கவும். பின் சுவைக்கேற்ற உப்பு, வேக வைத்த காய்கள், உருளைக்கிழங்கு, கொண்டைக் கடலை அனைத்தையும் போட்டுக் கலந்து இறுதியாக உதிராக உள்ள சாதத்தைப் போட்டுக் கலந்து, சிறு தீயில் 5 நிமிடம் வரை கிளறி இறக்கவும்.

❖ பின் மேலாக எலுமிச்சை சாறு, வெங்காய தாள் போட்டுக் கலந்து சூடாக தாய்லாந்து கிரீன் கறியுடன் பரிமாறவும்.

36. ப்ராக்கோலி பிரியாணி

தேவையான பொருள்கள்:

உதிராக வேக வைத்த பாஸ்மதி சாதம் - 2 கப்

ப்ராக்கோலி பூக்கள் (பச்சை காலிபிளவரை போன்று இருக்கும். ஒரு ஆவி வேக வைக்கவும்) - 1 கப்

உப்பு - ருசிக்கேற்ப

நைசாக அரைக்க:

சாம்பார் வெங்காயம் - 10

பச்சை மிளகாய் - 2

கிஸ்மிஸ் - 1 டேபிள் ஸ்பூன்

புதினா, மல்லி தலா - 1 கப்

பூண்டு - 2 பல்

இஞ்சி - 1 சிறு துண்டு

தாளிக்க:

எண்ணெய் - 3 டேபிள் ஸ்பூன்

சீரகம் - 1 டீ ஸ்பூன்

செய்முறை:

- ஒரு கனமான வாணலியில் எண்ணெய் காய வைத்து, சீரகம் தாளிக்கவும்.
- பின், அரைத்த கலவையை அதில் போட்டு வதக்கி, பச்சை வாசனை போனதும் வடித்த சாதம் மற்றும் ப்ராக்கோலியைப் போட்டுக் கலந்து, சூடாகப் பரிமாறவும்.
- இந்த ப்ராக்கோலி பிரியாணிக்குத் தொட்டுக்கொள்ள ஏற்ற சைட் - டிஷ் - மலாய் கோப்தா கறி (அல்லது) காரா சேவு சப்ஜி. ஜமாயுங்கள்.

37. கிச்சடி தால் பிரியாணி

தேவையான பொருள்கள்:

பாஸ்மதி அரிசி - 2 கப்

உடைத்த பாசிப் பயறு (கிச்சடி தால்) - 3/4 கப்

உப்பு - ருசிக்கேற்ப

நெய் (அரிசி வறுக்க) - 1 1/2 டீ ஸ்பூன்

தண்ணீர் - 3 3/4 கப்.

நைசாக அரைக்க:

சாம்பார் வெங்காயம் - 10

தக்காளி - 2

பச்சை மிளகாய் - 3

இஞ்சி - 1 சிறு துண்டு

மஞ்சள் தூள் - 2 சிட்டிகை

தாளிக்க:

நெய் - 2 டேபிள் ஸ்பூன்

சீரகம் - 1/2 டீ ஸ்பூன்

பட்டை - 1

ஏலக்காய் - 2

கிராம்பு - 3

செய்முறை:

❖ பாஸ்மதி அரிசியை இரண்டுமுறை கழுவி 20 நிமிடம் ஊற வைத்து வடிகட்டவும்.

❖ அடுத்து உடைத்த பாசிப் பயறைக் (கிச்சடி தால்) கழுவி, 30 நிமிடம் ஊற வைத்து, வடிகட்டவும். (தோல் அப்படியே இருக்கட்டும். எடுக்க வேண்டாம்).

❖ இதற்கு அடுத்தபடியாக அடுப்பில் வாணலி வைத்து நெய் ஊற்றிக் காய வைத்து, பாஸ்மதி அரிசியை 5 நிமிடம் சிறு தீயில் வறுக்கவும்.

❖ பிறகு அடிகனமான ஒரு வாணலியில் மறுபடியும் நெய் ஊற்றிக் காய வைத்து, பட்டை, சீரகம், கிராம்பு, ஏலக்காய் தாளித்து, அரைத்த கலவையை ஊற்றவும். சிறு தீயில் கலவையை பச்சை வாசனை போக வதக்கவும். பின் அதனுடன் தேவையான அளவு உப்பு போட்டு பாஸ்மதி அரிசி, ஊற வைத்து எடுத்த பச்சைப் பயறு (கிச்சடி தால்) போட்டு, கூடவே 3 3/4 கப் தண்ணீர் விட்டுக் கொதிக்கவைக்கவும்.

❖ கொதி வந்தவுடன் வாணலியை மூடி போட்டு மூடவும். ஒரு 20 நிமிடம்வரை சிறு தீயில் வைத்து சாதம் வேக விடவும்.

❖ 20 நிமிடம் கழித்துத் திறந்தால் கிச்சடி தால் பிரியாணி பொலபொலவென்று வாசனையுடன் தயாராயிருக்கும்.

❖ இந்த பிரியாணிக்குத் தொட்டுக் கொள்ள பீர்க்கங்காய் ஸப்ஜி, டமாட்டர் கடி தான் பெஸ்ட். சுடச்சுட பரிமாறவும்.

38. ஆலு பூர்ஜி பிரியாணி

தேவையான பொருள்கள்:

உதிர்உதிராக வடித்த பாஸ்மதி சாதம் - 2 கப்

வேகவைத்து, தோல் எடுத்து லேசாக மசித்த உருளைக் கிழங்கு - 1 கப்

நறுக்கிய தக்காளி - 2 கப்

நீளமாக கீறிய பச்சை மிளகாய் - 3

மஞ்சள் தூள் - 2 சிட்டிகை

தோல் எடுத்து துருவிய இஞ்சி - 1 டீ ஸ்பூன்

கெட்டியாகக் கடைந்த தயிர் - 1/4 கப்

உப்பு - ருசிக்கேற்ப

மிளகாய் தூள் - 1/2 டீ ஸ்பூன்

54

தாளிக்க:

எண்ணெய் - 2 டீ ஸ்பூன்

நெய் - 1 டீ ஸ்பூன்

சீரகம் - 1 டீ ஸ்பூன்

மேலே அலங்கரிக்க:

பொடியாக நறுக்கிய மல்லித்தழை - 1/2 கப்

செய்முறை:

❖ அடுப்பில் அகலமான, அடி கனமான வாணலியை வைத்து எண்ணெய், நெய் இரண்டையும் ஊற்றவும். எண்ணெய், நெய் காய்ந்ததும், சீரகம் தாளித்து மஞ்சள் தூள், பச்சை மிளகாயை போட்டு ஒரு வதக்கு வதக்கி, பின் துருவிய இஞ்சி, தக்காளியைப் போட்டு வதக்கவும்.

❖ தக்காளி கூழாக வதங்கியதும் தேவையான அளவு உப்பு, மிளகாய் தூள், தயிர் போட்டு அதனுடன் உருளைக்கிழங்கையும் சேர்த்துப் பிரட்டவும். சிறு தீயில் கெட்டியாக வரும் வரை கிளறி கடைசியாக வேக வைத்த பாஸ்மதி சாதம் போட்டுக் கிளறவும்.

❖ சூடான ஆலு பூர்ஜி பிரியாணி ரெடி.

❖ மேலாக மல்லித்தழை தூவிக் கலந்து மலாய் கோப்தா கறி மற்றும் பாட்டியாலா ஸப்ஜியுடன் பரிமாறவும்.

39. மல்கா மசூர் பிரியாணி

தேவையான பொருள்கள்:

உதிராக வேக வைத்த பாஸ்மதி அரிசி சாதம் - 3 கப்

வேக (கிள்ளு பதம்) வைத்த மைசூர் பருப்பு - 1 கப்

மஞ்சள் தூள் - 2 சிட்டிகை

தக்காளி (நறுக்கியது) - 2

பெரிய வெங்காயம் (நீளமாக நறுக்கியது) - 2

இஞ்சி, பூண்டு, பச்சை மிளகாய் விழுது - 1 டீ ஸ்பூன்

மிளகாய் தூள் - 1/2 டீ ஸ்பூன்

உப்பு - ருசிக்கேற்ப

கிச்சன் கிங் மசாலா பொடி - 1/2 டீ ஸ்பூன்

தாளிக்க:

எண்ணெய் - 3 டேபிள் ஸ்பூன்

சீரகம் - 1 டீ ஸ்பூன்

பொடியாக நறுக்கிய பூண்டு - 2 டீ ஸ்பூன்

மிளகாய் வற்றல் (கிள்ளியது) - 2

மேலே அலங்கரிக்க:

மிகமிகப் பொடியாக நறுக்கிய மல்லித்தழை - சிறிதளவு

செய்முறை:

- ஒரு அடிகனமான அகலமான வாணலியில் எண்ணெய் ஊற்றிக் காய வைத்து, மிளகாய் வற்றல், சீரகம் தாளிக்கவும். பின் பூண்டுத் துண்டுகளைப் போட்டு சிவக்கும் வரை நிதானமான தீயில் வதக்கவும். அடுத்து நறுக்கிய வெங்காயம் போட்டு வதக்கி, அதற்கடுத்து தக்காளியை வதக்கி, பின் இஞ்சி, பூண்டு, பச்சை மிளகாய் விழுதைப் போட்டு வதக்கவும்.
- எல்லாம் வதங்கியதும் அதனுடன் மிளகாய் தூள், கிச்சன் கிங் மசாலா பொடியைப் போட்டு வதக்கி, கிள்ளு பதம் வேக வைத்த மைசூர் பருப்பு, தேவையான அளவு உப்பு, உதிராக வடித்த சாதம் போட்டுக் கிளறவும்.
- எல்லாம் சேர்ந்து நன்கு கலந்ததும் மல்லித்தழை தூவி இறக்கவும்.
- சூடான மல்கா மசூர் பிரியாணி ரெடி.
- இதை மிக்ஸ்டு வெஜிடெபிள் கறி, பாலக் தயிர் பச்சடியுடன் பரிமாறவும்.

40. ஸஃபேத் ஸப்ஜி பிரியாணி

ஸஃபேத் என்றால் வெள்ளை நிறம். இந்த பிரியாணி பார்ட்டி மற்றும் விருந்துகளில் பரிமாறப்படுவது.

தேவையான பொருள்கள்:

உதிராக வடித்த பாஸ்மதி அரிசி சாதம் - 2 கப்

பொடியாக நறுக்கி வேக வைத்த (கேரட், பீன்ஸ், நூல்கோல், காலிபிளவர்) காய் கலவை - 1/2 கப்

வேக வைத்த பச்சைப் பட்டாணி - 1/2 கப்

உப்பு - ருசிக்கேற்ப

நெய் - 3 டேபிள் ஸ்பூன்

நைசாக அரைக்க:

பால் - 1/2 கப்

ஊற வைத்த பாதாம் - 8

பெரிய வெங்காய துண்டுகள் - 1 கப்

பொடியாக நறுக்கிய இஞ்சி, பூண்டு துண்டுகள் - 1 டீ ஸ்பூன்

பச்சை மிளகாய் - 3

மேலே தூவ:

மிகமிகப் பொடியாக நறுக்கிய மல்லித்தழை, புதினா - சிறிதளவு

செய்முறை:

- *அடிகனமான, அகலமான ஒரு வாணலியை அடுப்பில் வைத்து நெய் ஊற்றவும். நெய் காய்ந்ததும், அரைத்து வைத்துள்ள கலவையை ஊற்றி நிதானமான தீயில் 5 நிமிடம் வதக்கவும்.*
- *விழுதின் பச்சை வாசனை போனதும், வேகவைத்த பட்டாணி, வேக வைத்த காய்கறி கலவை போட்டு வதக்கி அதனுடன் தேவையான அளவு உப்பு, சாதம் போட்டுக் கிளறவும்.*
- *சிறு தீயில் சாதம் உடையாமல் முள்கரண்டியால் கலக்கவும். எல்லாம் சேர்ந்து நன்கு கலந்ததும் மேலே மல்லித்தழை, புதினா தூவி, சூடாகப் பரிமாறவும்.*
- *இதற்கு தொட்டுக் கொள்ள - பகாரே டமாட்டர் அல்லது ஸ்பைஸி கார்ன் பாலக் ஏற்றது.*

41. சுன்ஹேரி பிரியாணி

தேவையான பொருள்கள்:

உதிராக வடித்த பாஸ்மதி அரிசி சாதம் - 3 கப்

வேகவைத்த பச்சைப் பட்டாணி - 1 கப்

வேக வைத்த பீன்ஸ் (நீளமாக நறுக்கியது) - 1 கப்

நீளமாக நறுக்கிய பச்சை குடைமிளகாய் - 1 கப்

உப்பு - ருசிக்கேற்ப

எண்ணெய் (தாளிக்க) - 3 டேபிள் ஸ்பூன்

வெறும் வாணலியில் வறுத்து பொடிக்க:

மல்லி விதை - 1 டேபிள் ஸ்பூன்

மிளகாய் வற்றல் - 3

மிளகு - 4

வெந்தயம் - 4

சீரகம் - 2 சிட்டிகை

விழுதாக அரைக்க:

வெங்காயம் - 2

தக்காளி - 2

இஞ்சி - 1 சிறு துண்டு

பூண்டு - 4 பல்

செய்முறை:

- ❖ நறுக்க வேண்டியதை நறுக்கிக் கொள்ளவும். வேக வைக்க வேண்டியதை வேக வைத்துக் கொள்ளவும். பொடிக்க வேண்டியதை பொடித்துக்கொண்டு, அரைக்க வேண்டியதை அரைத்து தயாராக வைத்துக்கொள்ளவும்.
- ❖ அடுத்து அடிகனமான அகலமான ஒரு வாணலியை அடுப்பில் வைத்து எண்ணெய் ஊற்றிச் சூடாக்கி, முதலில் குடைமிளகாய் துண்டுகளைப் போட்டு வதக்கவும்.
- ❖ அடுத்தபடியாக வேக வைத்த பச்சைப் பட்டாணி, வேக வைத்த பீன்ஸ் இரண்டையும் போட்டு வதக்கி, நைசாக அரைத்த விழுதை போட்டு சிறு தீயில் வதக்கவும். கூடவே தேவையான உப்பு போட்டுக் கலக்கவும்.
- ❖ பின் வறுத்துப் பொடித்த பொடியைப் போட்டு, வேக வைத்த சாதத்தையும் போட்டுக் கலந்து சிறு தீயில் 5 நிமிடம் கிளறி இறக்கினால் சுன்ஹேரி பிரியாணி ரெடி.
- ❖ வெங்காய தயிர் பச்சடி வைத்துப் பரிமாறவும்.

42. மிர்ச் பன்னீர் பிரியாணி

குடைமிளகாய், பன்னீர் பிரியாணி. மிகவும் எளிதாகச் செய்யலாம்.

தேவையான பொருள்கள்:

உதிராக வடித்த பாஸ்மதி அரிசி சாதம் - 3 கப்

நீளமாக நறுக்கிய குடைமிளகாய் துண்டுகள் - 1 கப்

பன்னீர் துண்டுகள் - 1 கப்

மஞ்சள் தூள் - 1 சிட்டிகை

உப்பு - ருசிக்கேற்ப

விழுதாக அரைக்க:

வெங்காயம் - 2

தக்காளி - 4

பூண்டு - 4 பல்

ஊற வைத்த மிளகாய் வற்றல் - 4

இஞ்சி - 1 சிறு துண்டு.

தாளிக்க:

எண்ணெய் - 2 டேபிள் ஸ்பூன்

சீரகம் - 1 டீ ஸ்பூன்

மேலே தூவ:

பொடியாக நறுக்கிய மல்லித்தழை - சிறிதளவு

கசூரி மேத்தி (காய்ந்த வெந்தய கீரை) - சிறிதளவு

செய்முறை:

- *முதலில் ஒரு பாத்திரத்தில் சுடு தண்ணீர் விட்டு, 1 சிட்டிகை மஞ்சள் தூளைப் போட்டு அதில் பன்னீர் துண்டுகளைப் போட்டு மூடி வைக்கவும்.*
- *அடுத்து அகலமான, அடிகனமான வாணலியில் எண்ணெய் காய வைத்து, சீரகம் தாளித்து, விழுதாக அரைத்து வைத்துள்ள கலவையைப் போட்டு சிறு தீயில் வதக்கவும்.*
- *வாணலியில் உள்ள கலவை வதங்கியவுடன், தேவையான உப்பு, குடைமிளகாய் துண்டுகளைப் போட்டு வதக்கவும். 5 நிமிடம் சிறு தீயில் வதக்கி, அடுத்ததாக பன்னீரை வடிகட்டி குடைமிளகாய் கலவையுடன் சேர்த்து, கூடவே வேக வைத்த பாஸ்மதி சாதத்தையும் போட்டுக் கிளறவும். பின் மல்லித்தழை, கசூரி மேத்தி இலை தூவிக் கலந்து இறக்கவும்.*
- *சூப்பரான மிர்ச் பன்னீர் பிரியாணி ரெடி.*
- *இந்தப் பிரியாணிக்கு ஏற்ற சைட் - டிஷ் - மிக்ஸ்டு வெஜிடெபிள் கறி மற்றும் பாலக் தயிர் பச்சடி.*

43. பாலக் மூங் பிரியாணி

பாலக் - பாலக்கீரை; மூங் - பச்சைப் பயறு.
இந்த இரண்டும் சேர்த்துச் செய்யப்படும் பிரியாணி பார்க்கவே
ரம்மியமாக இருக்கும்.

தேவையான பொருள்கள்:

உதிராக வடித்த பாஸ்மதி அரிசி சாதம் - 2கப்

டெல்லி பாலக் கீரை (நறுக்கியது) - 1 கப்

வேக வைத்த முழு பச்சைப் பயறு - 1 கப்

உப்பு - ருசிக்கேற்ப

நைசாக அரைக்க:

சாம்பார் வெங்காயம் - 6

புதினா (நறுக்கியது) - 1/4 கப்

பூண்டு - 3 பல்

இஞ்சி - சிறு துண்டு

பச்சை மிளகாய் - 3

முந்திரி பருப்பு - 1 டேபிள் ஸ்பூன்

தாளிக்க:

எண்ணெய் - 2 டேபிள் ஸ்பூன்

சீரகம் - 1 டீ ஸ்பூன்

மேலே அலங்கரிக்க:

பொடியாக நறுக்கிய மல்லித்தழை - சிறிதளவு

விதை எடுத்து சுமாரான துண்டுகளாக நறுக்கிய தக்காளி - 1

செய்முறை:

❖ அடுப்பில் அகலமான அடிகனமான வாணலியை வைத்து எண்ணெய் ஊற்றவும். எண்ணெய் காய்ந்ததும் சீரகம் தாளித்து, பாலக் கீரையைப் போட்டு 3 நிமிடம் வதக்கவும்.

❖ அடுத்ததாக அரைத்த விழுதுக் கலவையைப் போட்டு அடுப்பை சிம்மில் வைத்து 10 நிமிடம் வதக்கி, தேவையான அளவு உப்பு, வேக வைத்த முழு பச்சைப் பயறு, பாஸ்மதி சாதம் போட்டுக் கிளறவும். எல்லாம் சேர்ந்து கலந்ததும் இறக்கவும்.

❖ பிரியாணியின் மீது மல்லித்தழை, தக்காளி தூவி சுடச் சுட பன்னீர் பூர்ஜியுடன் பரிமாறவும். பூந்தி தயிர் பச்சடியும் ஏற்றது.

44. டமாட்டர் – மட்டர் – பிரியாணி

தேவையான பொருள்கள்:

உதிராக வேக வைத்த பாஸ்மதி அரிசி சாதம் - 2 கப்

வேக வைத்த பச்சைப் பட்டாணி - 1 கப்

(விதை எடுத்து) துண்டுகளாக நறுக்கிய தக்காளி - 1 கப்

நறுக்கிய வெங்காய துண்டுகள் - 1 கப்

பூண்டு பல் - 4 (தட்டவும்)

இஞ்சித் துருவல் - ஒரு சிறு துண்டு

பச்சை மிளகாய் (கீறியது) - 3

கரகரப்பாக பொடித்த மிளகுப் பொடி 11/2 டீ ஸ்பூன்

உப்பு - ருசிக்கேற்ப.

தாளிக்க:

எண்ணெய் - 2 1/2 டேபிள் ஸ்பூன்

சீரகம் - 1 டீ ஸ்பூன்

மேலே அலங்கரிக்க:

மிகமிகப் பொடியாக நறுக்கிய பச்சை கொத்தமல்லித்தழை - சிறிதளவு

செய்முறை:

❖ *அடுப்பில் அகலமான அடி கனமான வாணலி வைத்து எண்ணெய் காய வைக்கவும். எண்ணெய் காய்ந்ததும் சீரகம் தாளிக்கவும். வெங்காயம் போட்டுவதக்கவும். பின் கீறிய பச்சை மிளகாய், தக்காளி போட்டு வதக்கவும். தேவையான அளவு உப்பு போடவும். கூடவே பூண்டு, இஞ்சி சேர்த்து வதக்கவும்.*

❖ *அடுத்ததாக வேக வைத்த பட்டாணி, மிளகு பொடியைப் போட்டு வதக்கி, கடைசியாக வேக வைத்த சாதம் போட்டுக் கிளறவும்.*

❖ *எல்லாம் நன்கு கலந்ததும், மல்லித்தழை தூவி, சூடாக பன்னீர் பட்டர் மசாலா உடன் பரிமாறவும்.*

45. மலாய் பிரியாணி

தேவையான பொருள்கள்:

உதிராக வடித்த பாஸ்மதி சாதம் - 2 கப்

ஃப்ரஷ் பன்னீர் துண்டுகள் - 1/4 கப்

நறுக்கிய பீன்ஸ், கேரட், காலிபிளவர், பட்டாணி (வேக வைத்தது) - 1 கப்

உப்பு - ருசிக்கேற்ப

நைசாக அரைக்க:

வெங்காயம் (நறுக்கியது) - 1 கப்

முந்திரி - 2 டீ ஸ்பூன்

பாதாம் - 2 டீ ஸ்பூன்

பச்சை மிளகாய் - 3

பூண்டு - 4 பல்

இஞ்சி - 1 சிறு துண்டு

பட்டை - 1

ஏலக்காய் - 2

கிராம்பு - 2

தாளிக்க:

நெய் - 2 டேபிள் ஸ்பூன்

மேலே அலங்கரிக்க:

ரோஸ் எஸென்ஸ் - சில துளிகள்

நறுக்கிய மல்லித்தழை, புதினா - சிறிதளவு

ஃப்ரெஷ் க்ரீம் - 1/4 கப்

செய்முறை:

❖ *ஒரு அகலமான அடிகனமான வாணலியில் நெய் காய வைத்து, விழுதாக அரைத்த கலவையைக் கொட்டி வதக்கவும்.*

❖ *மிதமான தீயில் கலவை 5 நிமிடம் வதங்கிய பிறகு, அதனுடன் வேக வைத்த காய்கள், பன்னீர், தேவையான உப்பு, வடித்து வைத்துள்ள சாதம் போட்டுக் கிளறவும்.*

❖ *நன்கு கலந்ததும் மல்லித்தழை, புதினா, ரோஸ் எஸென்ஸ், ஃப்ரெஷ் க்ரீம் விட்டு, சூடாகப் பரிமாறவும். இதற்கு ஏற்ற சைட்-டிஷ் மிர்ச் கா சலான்*

46. டோக்கர் – டால்னா பிரியாணி

சின்னச் சின்னத் துண்டுகளாக செய்த டோக்கர்-டால்னா பிரியாணி கல்கத்தாவின் பிரசித்தி பெற்ற டிஷ்.

தேவையான பொருள்கள்:

கடலைப் பருப்பு - 1/2 கப்

ஊற வைத்த மிளகாய் வற்றல் - 1

மஞ்சள் தூள் - 1 சிட்டிகை

எண்ணெய் - 2 டேபிள் ஸ்பூன்

சீரகம் - 1/4 டீ ஸ்பூன்

உப்பு - ருசிக்கேற்ப

பிரியாணிக்கு:

உதிராக வேக வைத்த பாஸ்மதி சாதம் - 3 கப்

வேகவைத்த உருளைக்கிழங்கு துண்டுகள் - 1 கப்

மிளகாய் தூள் - ருசிக்கேற்ப

கரம் மசாலா பொடி - 1 டீ ஸ்பூன்

மஞ்சள் தூள் - 1 சிட்டிகை

இஞ்சி பூண்டு விழுது - 1 டீ ஸ்பூன்

உப்பு - ருசிக்கேற்ப

தாளிக்க:

எண்ணெய் - 2 டேபிள் ஸ்பூன்

பிரிஞ்சி இலை - 1

சீரகம் - 1/2 டீ ஸ்பூன்

பொரிப்பதற்கு:

எண்ணெய் - 1/4 கிலோ

செய்முறை:

- *கடலைப் பருப்பை 3 மணி நேரம் ஊற வைக்கவும். பின் கடலைப் பருப்பை வடிகட்டி, மிளகாய் வற்றல், சீரகம், உப்பு, மஞ்சள் தூள் போட்டு, கரகரப்பாக அரைக்கவும்.*
- *பின் ஒரு வாணலியில் 2 டேபிள் ஸ்பூன் எண்ணெய் ஊற்றிக் காய வைத்து, அரைத்த கடலைப்பருப்பு கலவையைப் போட்டு சிறு தீயில் 7 நிமிடம்வரை வதக்கவும்.*
- *பிறகு ஒரு தட்டில் சிறிதளவு எண்ணெய் தடவிக்கொண்டு வதக்கிய கடலைப்பருப்புக் கலவையை அந்தத் தட்டில் கொட்டிச் சமப்படுத்தவும்.*
- *கலவை ஆறியவுடன் டைமண்ட் வடிவில் நறுக்கி, வாணலியில் எண்ணெய் ஊற்றிக் காய வைத்து பொன் நிறமாகப் பொரித்தெடுக்கவும்.*
- *அடுத்ததாக வேக வைத்த உருளைக்கிழங்கை நறுக்கிக்கொள்ளவும். மீண்டும் வாணலியில் எண்ணெய் ஊற்றிக் காய்ந்ததும் உருளைக்கிழங்கு துண்டுகளைப் போட்டு பொன்னிறமாக பொரித்து எடுத்து வைக்கவும்.*
- *கடைசியாக மீண்டும் அடுப்பில் வாணலி வைத்து எண்ணெய் ஊற்றிக் காய்ந்ததும், பிரிஞ்சி இலை, சீரகம் தாளித்து, இஞ்சி பூண்டு விழுது, மஞ்சள் தூள் போட்டு வதக்கி, கூடவே தேவையான அளவு மிளகாய் தூள், அளவான உப்பு, கரம் மசாலா பொடியைப் போட்டுக் கலந்து, அடுத்து பாஸ்மதி சாதம், பொரித்து வைத்துள்ள உருளைக்கிழங்கு துண்டுகள், பொரித்து வைத்துள்ள கடலைப்பருப்பு துண்டுகளைப் போட்டுக் கலக்கவும். அடுப்பிலேயே வைத்து ஒரு ஐந்து நிமிடம்வரை கிளறி இறக்கவும்.*

❖ *அவ்வளவுதான் டோக்கர் - டால்னா - பிரியாணி ரெடி. இதற்கு ஏற்ற சைட்-டிஷ்- ஸ்பைஸி-கார்ன் பாலக். சைட் டிஷ்ஷுடன் சூடாகப் பரிமாறவும்.*

47. நிஜாம் பிரியாணி

தேவையான பொருள்கள்:

உதிராக வேக வைத்த பாஸ்மதி சாதம் - 3 கப்

துருவிய பால் கோவா (சர்க்கரை சேர்த்தது) - 1/2 கப்

நீளமாக நறுக்கிய பெரிய வெங்காயம் - 1 கப்

வேக வைத்த பச்சைப் பட்டாணி - 1/4 கப்

கரம் மசாலா பொடி - 1/2 டீ ஸ்பூன்

உப்பு - ருசிக்கேற்ப

தாளிக்க:

நெய் - 2 டேபிள் ஸ்பூன்

பட்டை - 1

கிராம்பு - 2

ஏலக்காய் - 3

மேலே அலங்கரிக்க:

நெய்யில் வறுத்த முந்திரி, பாதாம், கிஸ்மிஸ் தலா - 2 டேபிள் ஸ்பூன்

ரோஸ் வாட்டர் (குலாம் ஜல்) - 1 டீ ஸ்பூன்

பாலில் ஊற வைத்த குங்குமப்பூ - சிறிதளவு

செய்முறை:

❖ *முதலில் அடிகனமான, அகலமான ஒரு வாணலியில் நெய் காய வைத்து, கிராம்பு, பட்டை, ஏலக்காய் தாளித்து, வெங்காயத்தைப் போட்டு வதக்கவும்.*

❖ *வெங்காயம் வதங்கியதும் அதனுடன் கரம் மசாலா பொடி, அளவான உப்பு சேர்த்துப் பிசறி கூடவே வேக வைத்த பச்சைப் பட்டாணியைச் சேர்த்துக் கலக்கவும். பின் சாதத்தைப் போட்டுக் கலந்து, அதனுடன் பால்கோவா சேர்த்துக் கலக்கவும்.*

❖ *எல்லாம் கலந்ததும் கடைசியாக நெய்யில் வறுத்த முந்திரிப் பருப்பு, கிஸ்மிஸ், பாதாம், ரோஸ் வாட்டர் சேர்த்து மேலும் ஒருன் கிளறு கிளறிக் கலந்து சூடாகப் பரிமாறவும்.*

❖ *இதற்கு ஏற்ற சைட் - டிஷ் - மிர்ச் கா சலான்.*

48. பன்னீர் – லால் சிம்லா மிர்ச் பிரியாணி

தேவையான பொருள்கள்:

உதிராக வேக வைத்த பாஸ்மதி சாதம்- 2 கப்

நீளமாக நறுக்கிய பெரிய வெங்காயம் - 1/2 கப்

நீளமாக நறுக்கிய சிகப்பு குடைமிளகாய் - 1 கப் (லால் சிம்லா மிர்ச்)

பன்னீர் துண்டுகள் - 1 கப்

உப்பு - ருசிக்கேற்ப

நைசாக அரைக்க:

ஊற வைத்த மிளகாய் வற்றல் - 3

இஞ்சி - 1 சிறு துண்டு

பூண்டு பல் - 4

தனியா விதை - 1 டீ ஸ்பூன்

சீரகம் - 2 சிட்டிகை

தாளிக்க:

எண்ணெய் - 3 டேபிள் ஸ்பூன்

சீரகம் - 1/2 டீ ஸ்பூன்

பிரிஞ்சி இலை - 1

மேலே அலங்கரிக்க:

மிகமிகப் பொடியாக நறுக்கிய மல்லித்தழை - சிறிதளவு

துருவிய பன்னீர் - சிறிதளவு

செய்முறை:

❖ *முதலில் பன்னீரை 2 கப் சுடு நீரில் ஒரு சிட்டிகை மஞ்சள் தூள் போட்டு மூடி வைக்கவும்.*

❖ *அடுத்து அடுப்பில் ஒரு அகலமான வாணலி வைத்து எண்ணெய் ஊற்றிக் காய்ந்ததும், சீரகம் தாளித்து, வெங்காயத்தைப் போட்டு வதக்கவும். சிறு தீயில் வெங்காயம் கண்ணாடி போல் வதங்கியதும் அரைத்த கலவையை அதனுடன் போட்டு வதக்கவும். அடுப்பு சிறு தீயில் இருக்கட்டும்.*

❖ *கலவை வதங்கி பச்சை வாசனை போனதும், அடுத்ததாக சிகப்பு குடைமிளகாயைப் போட்டு 2 நிமிடம் வதக்கவும்.*

❖ *பிறகு தேவையான அளவு உப்பு, வடிகட்டிய பன்னீர் துண்டுகள் போட்டு மேலும் 2 நிமிடம் கிளறி, அதனுடன் உதிராக வேக வைத்த பாஸ்மதி சாதத்தைப் போட்டுக் கலந்து மல்லித்தழை, பன்னீர் துருவல் தூவி இறக்கவும். பூராணி மற்றும் சன்னா மசாலா வைத்துப் பரிமாறவும்.*

49. காஜு ஆலு பிரியாணி

தேவையான பொருள்கள்:

உதிர் உதிராக வேக வைத்த பாஸ்மதி சாதம் - 2 கப்

பெரிய உருளைக் கிழங்கு (வேகவைத்தது) - 2

பெரிய வெங்காயம் (நறுக்கியது) - 2

கெட்டியான, புளிக்காத, கடைந்த தயிர் - 1/2 கப்

மஞ்சள் தூள் - 1/4 டீ ஸ்பூன்

கிச்சன் கிங் மசாலா பொடி (எல்லா பெரிய கடைகளிலும் கிடைக்கும்) - 1 டீ ஸ்பூன்

எண்ணெய் (பொரிக்க) - 1/4 கிலோ

தாளிக்க:

எண்ணெய் - 2 டேபிள் ஸ்பூன்

சீரகம் - 1 டீ ஸ்பூன்

பிரிஞ்சி இலை - 1

நைசாக அரைக்க:

பாலில் ஊற வைத்த குங்குமப்பூ - 1 சிட்டிகை

பாலில் ஊற வைத்த முந்திரி பருப்பு - 2 டேபிள் ஸ்பூன்

இஞ்சி - 1 சிறு துண்டு

பூண்டு - 3 பல்

மேலே அலங்கரிக்க:

மிகமிகப் பொடியாக நறுக்கிய பச்சை கொத்தமல்லித்தழை - சிறிதளவு

பொன்நிறமாகப் பொரித்த முழு முந்திரிப் பருப்பு - ஒரு கையளவு.

செய்முறை:

- *முதலில் வாணலியில் எண்ணெய் ஊற்றிக் காய வைத்து வேக வைத்த உருளைக்கிழங்கை துண்டுகளாக்கிஅதை எண்ணெயில் போட்டுப் பொன்னிறமாக பொரித்து எடுத்து வைக்கவும்.*
- *பிறகு ஒரு அகலமான, அடிகனமான வாணலியில் 2 டேபிள் ஸ்பூன் எண்ணெய் ஊற்றி, காய வைத்து, பிரிஞ்சி இலை, சீரகம் தாளிக்கபும். பெரிய வெங்காய துண்டுகளைப் போட்டு சிறு தீயில் பொன்நிறமாக வதக்கவும். மஞ்கள் பொடி சேர்க்கவும்.*
- *அடுத்ததாக அரைத்த கலவையைப் போட்டு சிறு தீயில் பதமாக பச்சை வாசனை போகும்வரை வதக்கவும். பின் தயிர் விட்டு கெட்டியாகும்*

வரை வைத்து, அதனுடன் தேவையான அளவு உப்பு, கிச்சன் கிங்
மசாலா சேர்த்து நன்கு கலக்கவும்.

❖ கடைசியாக பாஸ்மதி சாதம், பொன் நிறமாக பொரித்து வைத்துள்ள
உருளைக்கிழங்கு, முந்திரிப் பருப்பு சேர்த்துக் கலந்து, மல்லித்தழை
தூவி இறக்கவும்.

❖ அவ்வளவுதான் காஜு ஆலு பிரியாணி தயார். இதை, குடைமிளகாய்
பச்சடி, பன்னீர் பூர்ஜி உடன் பரிமாறவும்.

50. பண்டிகை பிரியாணி

தேவையான பொருள்கள்:

பாஸ்மதி அரிசி - 1 கப்
சர்க்கரை பொடி - 1 3/4 கப்
ஏலக்காய் தூள் - 1 டீ ஸ்பூன்
குங்குமப்பூ - 1 சிட்டிகை
நெய் - 4 டீ ஸ்பூன்
கிராம்பு - 2
சூடான பால் - 2 டீ ஸ்பூன்
தண்ணீர் - 1/4 கப்

மேலே அலங்கரிக்க:

சன்னமாக, நீளமாக
நறுக்கிய பாதாம் - 2 டேபிள் ஸ்பூன்
நீளமாக நறுக்கிய
பிஸ்தா பருப்பு - 1 டீ ஸ்பூன்.

செய்முறை:

❖ பாஸ்மதி அரிசியை 30 நிமிடம் ஊறவைத்து வடிகட்டி, சாதம்
வடித்துக்கொள்ளவும்.

❖ பின் அடுப்பில் வாணலி வைத்து சிறிதளவு நெய்விட்டுக் காய்ந்ததும்,
வேக வைத்த பாஸ்மதி சாதத்தை உதிர்த்துப் போட்டு அதனுடன்
சர்க்கரை பொடி, ஏலக்காய் தூள், கிராம்பு போட்டுக் கிளறி, அடுப்பை
சிம்மில் வைக்கவும். சர்க்கரை நன்கு கலந்து, சாதம் பொல பொல வென
வரும்வரை வைத்து, கடைசியாக குங்குமப்பூவை (சூடான பாலில்
ஊறவைத்து) சேர்த்து, லேசாக ஒரு முள் கரண்டி கொண்டு கலக்கவும்.

❖ நறுக்கி வைத்துள்ள பாதாம் பருப்பு, பிஸ்தா பருப்பு தூவி அலங்கரித்து,
சூடாகப் பரிமாறவும்.

புலாவ் வகைகள்

51. காஷ்மீரி புலாவ்

தேவையான பொருள்கள்:

பாஸ்மதி அரிசி - 2 கப்

குங்குமப்பூ - 1 சிட்டிகை (பாலில் ஊற வைக்கவும்)

நெய் (அரிசியை வறுக்க) - 1 1/2 டீ ஸ்பூன்

நெய் (சமையலுக்கு) - 3 டீ ஸ்பூன்

உரித்த பச்சைப் பட்டாணி - 1 கப்

தோல் எடுத்து துண்டுகளாக நறுக்கிய கேரட் - 1/2 கப்

உப்பு - ருசிக்கேற்ப

தண்ணீர் - 4 கப்.

தாளிக்க:

பட்டை - 1

கிராம்பு - 4

ஏலக்காய் - 4

மேலே அலங்கரிக்க:

நெய்யில் வறுத்த முந்திரி, பாதாம் - தலா 2 டேபிள் ஸ்பூன்

நறுக்கிய ஆப்பிள் - 1/2 கப் (சிறிதளவு எலுமிச்சை சாறு கலக்கவும். நிறம் மாறாமல் இருக்கும்)

நறுக்கிய பதப்படுத்தப்பட்ட அன்னாசி பழம் - 1/2 கப் (டின்னில் வரும். பெரிய கடைகளில் கிடைக்கும்)

(பதப்படுத்தப்பட்ட அன்னாசி கிடைக்காத இடங்களில், அன்னாசி பழத் தோலை எடுத்து, சிறிதளவு சர்க்கரை கலந்த நீரில் வேகவிட்டு வடித்து, எடுத்து வைக்கவும்)

செய்முறை:

❖ *பாஸ்மதி அரிசியை 2 முறை கழுவி, 20 நிமிடம் தண்ணீரில் ஊற வைக்கவும். பின் வடிகட்டவும். ஒரு கடாயில் 1 1/2 டீ ஸ்பூன் நெய் ஊற்றி, அரிசியை சிறு தீயில் 5 நிமிடம் வறுக்கவும்.*

❖ *அடுத்து இன்னொரு கனமான வாணலியில் மீதி 3 டீ ஸ்பூன் நெய்விட்டு, பட்டை, கிராம்பு, ஏலக்காய் தாளித்து, பட்டாணி, கேரட் போட்டு லேசாக வதக்கவும். பின் அரிசியைப் போட்டு, 4 கப் தண்ணீர் ஊற்றி, தேவையான அளவு உப்பு சேர்த்து, கொதிக்க விடவும்.*

- *முதல் கொதி வந்தவுடன் மூடியைப் போட்டு சிம்மில் 20 நிமிடம் வேக வைக்கவும்.*
- *20 நிமிடத்துக்குப் பிறகு மூடியைத் திறந்து ஒரு முள் கரண்டியால் மெதுவாகக் கிளறி விடவும். பின் நறுக்கி வைத்துள்ள ஆப்பிள் துண்டுகள், வறுத்த முந்திரி, பாதாம் பருப்புகள், அன்னாசி துண்டுகளைப் போட்டுக் கலந்து, சூடாகப் பரிமாறவும்.*
- *இந்த காஷ்மீரி புலாவுக்கு தொட்டுக் கொள்ள பன்னீர் மசாலா ஜோராக இருக்கும்.*

52. ரங்கீலா புலாவ்

பல நிறங்கள் கலந்த புலாவ். எனவே ரங்கீலா புலாவ். சுவையில் முதலிடம்.

தேவையான பொருள்கள்:

பாஸ்மதி அரிசி - 2 கப்

நெய் - 1 1/2 டீ ஸ்பூன்

பட்டை - 2

எண்ணெய் (விழுதை வதக்க) - 2 டீ ஸ்பூன்

உப்பு - ருசிக்கேற்ப

தண்ணீர் - 3 கப்

நைசான விழுது அரைக்க:

பச்சை கொத்தமல்லித்தழை - 1 1/2 கப்

பச்சை மிளகாய் - 2

உப்பு - சிறிதளவு

துருவிய தேங்காய் - 1/4 மூடி

பூண்டு - 3 பல்

இஞ்சி - 1 சிறிய துண்டு

புலாவிற்கு மற்ற சாமான்கள்:

நெய் - 3 டேபிள் ஸ்பூன்

பெரிய வெங்காயம் - 2 (நீளமாக நறுக்கியது)

காலிபிளவர் - ஒரு பெரிய பூவின் கால் பகுதி

பீன்ஸ் - 10 (நீளமான துண்டுகளாக நறுக்கவும்)

சீரகம் - 1 டீ ஸ்பூன்

மஞ்சள் தூள் - 1 சிட்டிகை

மிளகாய் தூள் - 1/2 டீ ஸ்பூன்

உப்பு - ருசிக்கேற்ப

மேலே தூவி கலக்க:

எலுமிச்சை - 1 (சாறு எடுத்து சாற்றில் ஒரு சிட்டிகை சர்க்கரை, சிட்டிகை உப்பு போட்டு வைக்கவும். கசக்காமல் இருக்கும்)

செய்முறை:

❖ பாஸ்மதி அரிசியை 2 முறை கழுவி, 20 நிமிடம் தண்ணீரில் ஊற வைக்கவும். பின் வடிகட்டவும். ஒரு கடாயில் நெய்விட்டு, பட்டை தாளித்து, அரிசி, தேவையான உப்பு சேர்த்து 5 நிமிடம் சிறு தீயில் வறுக்கவும். பின் 3 கப் தண்ணீர்விட்டு கொதிக்கவிடவும்.

❖ முதல் கொதி வந்தவுடன் கடாயை மூடி 20 நிமிடம் சாதத்தை வேக விடவும். சாதம் உதிராக வெந்ததும் ஒரு தட்டில் கொட்டி சாதத்தை 3 பிரிவாகப் பிரிக்கவும்.

❖ அடுத்து மீண்டும் அடுப்பில் வாணலி வைத்து 2 ஸ்பூன் எண்ணெய்விட்டுக் காய்ந்ததும், அரைத்து வைத்துள்ள விழுதைப் போட்டு ஒரு 5 நிமிடம் வரை வதக்கி தனியே எடுத்து வைக்கவும்.

❖ காலிபிளவர், கேரட், பீன்ஸ் காய்கறிகளை முக்கால் பதம் வேக வைத்து எடுத்துக்கொள்ளவும்.

❖ பிறகு ஒரு வாணலியில் நெய்விட்டு, சீரகம் தாளித்து, வெங்காயத்தைப் போட்டு வதக்கவும். வெங்காயம் நிறம் மாறியவுடன், மஞ்சள் தூள், மிளகாய் தூள், தேவையான அளவு உப்பு, போட்டு, வேக வைத்த காய்கறிகளைக் கலந்து, எலுமிச்சை சாறு ஊற்றிக் கலந்து வைக்கவும்.

புலாவை எப்படி அசெம்பிள் செய்வது:

❖ ஒரு அகலமான உயரமான பாத்திரத்தில் நெய் தடவி, சாதத்தை 3 பாகமாக பிரித்து வைத்திருக்கிறோமல்லவா, அதில் முதல் பகுதி வெள்ளை நிற சாதத்தை போட்டு பரத்தி விடவும்.

❖ அதன் பிறகு 2 ஆவது பகுதி சாதத்தை அரைத்து வைத்திருக்கும் மல்லி விழுது போட்டுக் கலக்கவும். கலக்கிய பிறகு அந்தச் சாதத்தை முதல் பகுதி சாதத்தின் மேல் போட்டு பரப்பி விடவும்.

❖ பின் 3 ஆவது பகுதி சாதம். 3 ஆவது பகுதி சாதத்தை காய்கள் கலவையுடன் போட்டுக் கலக்கிக் கொள்ளவும். அந்த காய்கள் கலவை சாதத்தை 2ம் பகுதி சாதத்தின் மேல் போட்டு நன்கு அமுக்கி ஒரு குக்கரில் போட்டு சற்று சூடு செய்யவும். 10 நிமிடம் வரை சுட வைக்கலாம்.

❖ பின்பு ஒரு பெரிய அகலமான தட்டில் அப்படியே பாத்திரத்தைத் திருப்பிப் போடவும். சூடாக கலர்புல்லாக இருக்கும். சுடச் சுடப் பரிமாறவும். வெங்காய தயிர் பச்சடி, ஏற்றது!

❖ குக்கரில் செய்யும்பொழுது வெயிட் போடவேண்டாம். ஒருகப் போட்டு சிம்மில் வைத்து சூடாக்கவும்.

70

53. முட்டைகோஸ், சீஸ் புலாவ்

தேவையான பொருள்கள்:

உதிராக வேக வைத்த பாஸ்மதி சாதம்- 2 கப்

நறுக்கிய முட்டைகோஸ் (சற்று மெலிதாக, நீளமாக நறுக்கவும்) - 1 கப்

நீளமாக நறுக்கிய பெரிய வெங்காயம் - 1/2 கப்

உப்பு - ருசிக்கேற்ப

நைசாக அரைக்க:

பச்சை மிளகாய் - 2

பூண்டு - 2 பல்

இஞ்சி - 1 சிறு துண்டு

தாளிக்க:

எண்ணெய் - 2 டீ ஸ்பூன்

பட்டை - 1

கிராம்பு - 1

ஏலக்காய் - 2

மேலே தூவ:

துருவிய சீஸ் - 3/4 கப்

செய்முறை:

- ❖ *நறுக்க வேண்டியவைகளை நறுக்கி, அரைக்க வேண்டியதை அரைத்துக்கொண்டு, துருவ வேண்டியதை துருவி வைத்துக் கொள்ளவும்.*
- ❖ *பின் ஒரு கனமான வாணலியில் எண்ணெய் காயவைத்து, பட்டை, ஏலக்காய், கிராம்பு தாளித்து, வெங்காயம் போட்டு வதக்கவும்.*
- ❖ *சிறு தீயில் வெங்காயத்தை வதக்கிய பிறகு, அரைத்த விழுதைப் போட்டு 2 நிமிடம் வரை வதக்கவும். அதற்குப் பின் கோஸைப் போட்டு, நிறம் மாறாமல் வதக்கவும். பின் உப்பு போட்டு (சீஸ் போடுவதால் உப்பு பார்த்து போடவும்) கடைசியாக பாஸ்மதி சாதத்தைப் போட்டுக் கலந்து, அடுப்பிலிருந்து இறக்கவும்.*
- ❖ *அதன்மேல் துருவிய சீஸ் போட்டு ஒரு முள் கரண்டியால் கலந்து சூடாகப் பரிமாறவும்.*
- ❖ *முட்டைக் கோஸ், சீஸ் புலாவ் ரெடி. இதற்கு பூந்தி தயிர் பச்சடி, மட்டர் பன்னீர் மசாலா சூப்பர் பொருத்தம்!*

54. பேபி கார்ன், பன்னீர் புலாவ்

தேவையான பொருள்கள்:

உதிராக வேக வைத்த பாஸ்மதி சாதம் - 2 கப்

நீளமாக நறுக்கிய பேபி கார்ன் - 1/2 கப்

பன்னீர் துண்டுகள் - 1/2 கப்

உப்பு - ருசிக்கேற்ப

நைசாக விழுதாக அரைக்க:

பெரிய வெங்காயம் - 2

தக்காளி - 1

பூண்டு - 3 பல்

இஞ்சி - சிறு துண்டு

முந்திரி - சிறிதளவு

புதினா + மல்லித்தழை - கைப்பிடியளவு

மஞ்சள் தூள் - 2 சிட்டிகை

மிளகாய் வத்தல் - 4

தாளிக்க:

எண்ணெய் - 4 டீ ஸ்பூன்

சீரகம் - 1 டீ ஸ்பூன்

மேலே தூவ:

சிறிதளவு பொடியாக நறுக்கிய பச்சை கொத்தமல்லித்தழை.

செய்முறை:

- *பேபி கார்னை ஒரு கப் சுடு தண்ணீரில் சிறிதளவு உப்பு போட்டு 5 நிமிடம் கழித்து வடிகட்டி வைக்கவும்.*
- *பன்னீரை 1 கப் சுடு தண்ணீரில் சிறிதளவு மஞ்சள் தூள், சிறிதளவு உப்பு போட்டு மூடி வைக்கவும்.*
- *பின் ஒரு கனமான வாணலியில் எண்ணெய் காய வைத்து, சீரகம் தாளிக்கவும். பின் விழுதாக அரைத்து வைத்துள்ள கலவையைப் போட்டு 8 நிமிடம்வரை சிறு தீயில் வதக்கவும்.*
- *பின் வடிகட்டி வைத்துள்ள பேபி கார்ன், வடிகட்டி வைத்துள்ள பன்னீர் இரண்டையும் போட்டு, 2 நிமிடம் சிறு தீயில் கிளறவும்.*
- *கடைசியாக தேவையான அளவு உப்பு, வேக வைத்த சாதம் போட்டுக்*

கலந்து, மேலாக மல்லித்தழை போட்டு, முள் கரண்டியால் அரிசி, பன்னீர் உடையாமல் கலந்து சூடாகப் பரிமாறவும்.

❖ இதற்கு தொட்டுக் கொள்ள பழ தயிர் பச்சடி சூப்பர்!

55. புதினா புலாவ்

தேவையான பொருள்கள்:

பாஸ்மதி அரிசி - 2 கப்

நீளமாக நறுக்கிய பெரிய வெங்காயம் - 1 கப்

நன்கு சுத்தம் செய்து நறுக்கிய புதினா இலைகள் - 2 கப்

பூண்டு (பொடியாக நறுக்கியது) - 5 பல்

இஞ்சி - 1 சிறு துண்டு (தோல் எடுத்து பொடியாக நறுக்கியது)

பச்சை மிளகாய் (கீறியது) - 2

நெய் - 1 டீ ஸ்பூன்

எண்ணெய் - 2 டீ ஸ்பூன்

தேங்காய்பால் - 1 1/2 கப்

தண்ணீர் - 1 1/2 கப்

உப்பு - ருசிக்கேற்ப

தாளிக்க:

பட்டை - 2

ஏலக்காய் - 3

கிராம்பு - 3

சோம்பு - 1/2 டீ ஸ்பூன்

பிரிஞ்சி இலை -1

மேலே தூவ:

சிறிதளவு நெய்யில் வறுத்த முந்திரி

செய்முறை:

❖ ஒரு பாத்திரத்தில் பாஸ்மதி அரிசியைப் போட்டு 2 முறை கழுவி, தண்ணீரில் 20 நிமிடம் ஊற வைத்து, பின் வடிகட்டி வைக்கவும்.

❖ ஒரு கனமான வாணலியில் நெய் + எண்ணெய் ஊற்றிக் காய்ந்ததும், பிரிஞ்சி இலை, பட்டை, ஏலக்காய், கிராம்பு தாளித்து, பின் வெங்காயம் போட்டு வதக்கவும்.

❖ வெங்காயம் நன்கு வதங்கியதும் இஞ்சி, பூண்டு, பச்சை மிளகாய், உப்பு போட்டு வதக்கவும். பின் அதனுடன் ஊற வைத்து வடிகட்டிய பாஸ்மதி

அரிசியைப் போட்டு சிறு தீயில் வறுத்து, அதற்கடுத்து நறுக்கிய புதினாவைக் கொட்டிக் கிளறவும். கூடவே தேங்காய்பால், தண்ணீர் ஊற்றிக் கொதிக்கவிடவும்.

- *முதல் கொதி வந்தவுடன் வாணலியை மூடி போட்டு மூடி, சிம்மில் 20 நிமிடம் வைத்து பின் திறந்து முந்திரி கலந்து சூடாக பறிமாறவும்.*
- *இந்தப் புதினா புலாவுக்கு வெள்ளரிக்காய் தயிர் பச்சடி, பன்னீர் பட்டர் மசாலா மிகப் பொருத்தமான சைட் டிஷ்!*

56. ஆலு மட்டர் புலாவ்

தேவையான பொருள்கள்:

உதிராக வேக வைத்த பாஸ்மதி அரிசி சாதம் - 3 கப்

வேக வைத்த பச்சைப் பட்டாணி - 1 கப்

சற்று பெரிய துண்டுகளாக நறுக்கிய வேக வைத்த உருளைக் கிழங்கு - 1 கப்

உப்பு - ருசிக்கேற்ப

விழுதாக அரைக்க:

தக்காளி - 4
பூண்டு - 4
இஞ்சி - 1 சிறு துண்டு
கரம் மசாலா பொடி - 2 டீ ஸ்பூன்
மஞ்சள் தூள் - 2 சிட்டிகை

தாளிக்க:

எண்ணெய் - 3 டேபிள் ஸ்பூன்

சீரகம் - 1 டீ ஸ்பூன்

மேலே தூவ:

சிறிதளவு பொடியாக நறுக்கிய பச்சை கொத்தமல்லித்தழை

செய்முறை:

- *ஒரு கனமான, அகலமான வாணலியில் எண்ணெயை காய வைத்து, சீரகம் தாளிக்கவும். அரைத்த விழுதைப் போட்டு வதக்கவும்.*
- *அரைத்த விழுதை பச்சை வாசனை போக வதக்கி, பின் பட்டாணி, உருளைக் கிழங்கு, உப்பு, பாஸ்மதி சாதம் போட்டு நன்கு கலக்கவும். பின், மேலாக மல்லித்தழை தூவி, நன்கு கலந்து, சூடாகப் பரிமாறவும்.*
- *இந்த ஆலு மட்டர் புலாவுக்குத் தொட்டுக் கொள்ள பூந்தி தயிர் பச்சடி, சிப்ஸ் ஏற்றது!*

57. காலிபிளவர், மல்லி புலாவ்

தேவையான பொருள்கள்:

உதிர் உதிரான பாஸ்மதி அரிசி சாதம் - 3 கப்

நறுக்கிய வெங்காயம் - 1 கப்

நறுக்கிய தக்காளி - 1 கப்

சுத்தம் செய்து, எண்ணெயில் பொன்நிறமாகப் பொரித்த காலிபிளவர் - 1 கப்

சுத்தம் செய்து பொடியாக நறுக்கிய மல்லித்தழை - 1 கப்

கீறிய பச்சை மிளகாய் - 3

மிளகாய் தூள் - 1 டீ ஸ்பூன்

எண்ணெய் - 3 டேபிள் ஸ்பூன்

சீரகம் (தாளிக்க) - 2 டீ ஸ்பூன்

உப்பு - ருசிக்கேற்ப

செய்முறை:

- *ஒரு அகலமான, கனமான வாணலியில் எண்ணெய் காய வைத்து, சீரகம் தாளிக்கவும். வெங்காயம் போட்டு வதக்கவும். அடுத்ததாக தக்காளி போட்டு வதக்கவும்.*
- *அதற்கடுத்து பச்சை மிளகாய் போட்டு வதக்கி, உப்பு, மிளகாய் தூள் போட்டு சிறு தீயில் வதக்கவும்.*
- *மிளகாய் தூள் நெடி போக வதங்கிய பின்னர், வேக வைத்த பாஸ்மதி சாதம், காலிபிளவர், மல்லித்தழை போட்டுக் கலந்து, மேலும் அடுப்பிலேயே 5 நிமிடம் வைத்திருந்துகழித்து இறக்கி சுடச் சுட பறிமாறவும்.*
- *இந்த காலிபிளவர் மல்லி புலாவுக்கு ஏற்ற சைட் டிஷ் - ஷாஹி சப்ஜி*

58. ஜட் – பட் புலாவ்

சட் பட் என்று உடனடியாக தயாரிக்கும் புலாவ்தான் ஜட்-பட் புலாவ்.

தேவையான பொருள்கள்:

பாஸ்மதி அரிசி - 2 கப்

நறுக்கிய பெரிய வெங்காயம் - 1/2 கப்

நறுக்கிய தக்காளி - 1/2 கப்

நறுக்கிய காய்கறிகள் (கேரட், பீன்ஸ், உருளைக் கிழங்கு, காலிபிளவர்) - 1 கப்

உரித்த பச்சைப் பட்டாணி - 1/4 கப்

மிளகாய் தூள் - 1 டீ ஸ்பூன்

கீறிய பச்சை மிளகாய் - 1

மஞ்சள் தூள் - 1 சிட்டிகை

மல்லி தூள் -2 டீ ஸ்பூன்

எண்ணெய் - 3 டேபிள் ஸ்பூன்

தண்ணீர் - 3 கப்

உப்பு - ருசிக்கேற்ப

தாளிக்க:

பட்டை - 1

ஏலக்காய் - 3

கிராம்பு - 2

பிரிஞ்சி இலை -1

சீரகம் - 1/2 டீ ஸ்பூன்

செய்முறை:

- பாஸ்மதி அரிசியை 2 முறை கழுவி, 20 நிமிடம் ஊற வைத்து பின் வடிகட்டி வைக்கவும்.
- பிறகு ஒரு கனமான வாணலியில் எண்ணெய் ஊற்றிக் காய வைத்து, பிரிஞ்சி இலை, கிராம்பு, பட்டை, ஏலக்காய், சீரகம் தாளிக்கவும். பின் வெங்காயம்போட்டு வதக்கவும்.
- வெங்காயம் நன்கு வதங்கியதும் தக்காளியைப் போட்டு வதக்கவும். தக்காளி கூழாக வதங்கியதும், அரிசி, காய்கறி, மஞ்சள் தூள், மிளகாய் தூள், பச்சை மிளகாய், தேவையான அளவு உப்பு போட்டு சிறு தீயில் வதக்கவும்.
- ஒரு 5 நிமிடம் வரை வதங்கியதும், 3 கப் தண்ணீர் விட்டு கொதிக்க விடவும். கொதி வந்தவுடன் மூடி, அடுப்பை சிம்மில் வைத்து, 20 நிமிடம்வரை வேகவிடவும். பின் இறக்கவும்.
- பூந்தி தயிர் பச்சடி - பைங்கன் பர்த்தா தொட்டுக்கொள்ள வைத்து புலாவை சூடாகப் பரிமாறவும்.

59. பூண்டு புலாவ்

தேவையான பொருள்கள்:

உதிராக வேக வைத்த பாஸ்மதி அரிசி - 2 கப்

வேக வைத்த பச்சைப் பட்டாணி - 1/2 கப்

நீளமாக நறுக்கிய பெரிய வெங்காயம் - 2

நறுக்கிய தக்காளி - 1

பூண்டு - 15 பல் (மிகப் பொடியாக நறுக்கியது)

நறுக்கிய மல்லித்தழை - 1 கப்

கரம் மசாலா தூள் - 1 டீ ஸ்பூன்

எலுமிச்சை சாறு - 1 டீ ஸ்பூன்

எண்ணெய் - 3 டேபிள் ஸ்பூன்

சீரகம் (தாளிக்க) - 2 டீ ஸ்பூன்

உப்பு - ருசிக்கேற்ப

செய்முறை:

❖ ஒரு அகலமான, கனமான வாணலியில் எண்ணெய் காய வைத்து, சீரகம் தாளித்து, வெங்காயம் பூண்டு போட்டு நிறம் மாறாமல் சிறு தீயில் வதக்கவும்.

❖ இரண்டும் வதங்கிய பின் பச்சை மிளகாய், தக்காளி, உப்பு, மிளகாய் தூள் போட்டு வதக்கவும். பிறகு கரம் மசாலா தூள் போட்டு வதக்கி கூடவே வேக வைத்த பட்டாணி, மல்லித்தழை, வேக வைத்த சாதம் போட்டு கிளறி விடவும்.

❖ ஒரு 5 நிமிடம்வரை நிதானமான தீயில் வைத்திருந்து பின் இறக்கவும்.

❖ இறக்கிய பிறகு எலுமிச்சை சாறு கலந்து, நன்கு கிளறி சுடச் சுட பறிமாறவும்.

❖ அட்டகாசமான இந்தப் பூண்டு புலாவுக்கு பன்னீர் பசந்தா பொருத்தமான கிரேவி!

60. காளான் புலாவ்

தேவையான பொருள்கள்:

உதிராக வடித்த பாஸ்மதி சாதம் - 3 கப்

சுத்தம் செய்து, கழுவி, வில்லைகளாக நறுக்கிய காளான் - 1 கப்

பெரிய வெங்காயம் (நறுக்கியது) - 1

எலுமிச்சை சாறு - 1/2 டீ ஸ்பூன்

நசுக்கிய பூண்டு - 5 பல்

மிளகாய் தூள் - 1 டீ ஸ்பூன்

எண்ணெய் - 3 டேபிள் ஸ்பூன்

உப்பு - ருசிக்கேற்ப

சீரகம் (தாளிக்க) - 1 டீ ஸ்பூன்

பொடித்துக்கொள்ள

கிராம்பு - 1

பட்டை - 1

ஏலக்காய் - 1

மேலே தூவ:

நறுக்கிய வெங்காயதாள் - சிறிதளவு

செய்முறை:

❖ *முதலில் காளானை வில்லைகளாக்கிக் கொள்ளவும். 1 கப் சுடு தண்ணீரில் சிட்டிகை உப்பு போட்டு அதில் நறுக்கிய காளானைப் போட்டு சிறிதளவு நேரம் வைத்திருந்து வடிகட்டி எடுத்துக்கொள்ளவும். தனியே வைக்கவும்.*

❖ *அடுத்து அடுப்பில் வாணலி வைத்து எண்ணெய் ஊற்றிக் காய்ந்ததும், சீரகம் தாளித்து, வெங்காயத்தையும், நசுக்கிய பூண்டையும் போட்டு வதக்கவும்.*

❖ *பூண்டு வெங்காயம் வதங்கியதும் பின் காளானை வதக்கிய கலவையில் போட்டுக் கிளறி, கூடவே பொடித்து வைத்துள்ள பொடி, மிளகாய் தூள், உப்பு போட்டுக் கலந்து 5 நிமிடம் சாதத்தை போட்டு சிறு தீயில் கிளறி, பின் வெங்காய தாள் போட்டு நன்கு கலந்து, சூடாக பறிமாறவும்.*

❖ *இதற்கு தொட்டுக்கொள்ள பன்னீர் பட்டர் மசாலா ஏற்றது!*

61. குங்குமப்பூ புலாவ்

தேவையான பொருள்கள்:

பாஸ்மதி அரிசி - 2 கப்

நெய் 2 1/2 டீ ஸ்பூன்

குங்குமப்பூ - 2 சிட்டிகை

தண்ணீர் - 3 கப்

உப்பு - ருசிக்கேற்ப

செய்முறை:

❖ *பாஸ்மதி அரிசியை 2 முறை கழுவி, 20 நிமிடம் தண்ணீரில் ஊற வைத்து, பின் வடிகட்டி வைக்கவும்.*

❖ *அடுத்து ஒரு கனமான வாணலியில் நெய் ஊற்றிக் காய வைத்து, வடிகட்டிய அரிசியைப் போட்டு சிறு தீயில் 5 நிமிடம் வறுக்கவும். பின் உப்பு, குங்குமப்பூ, 3 கப் தண்ணீர் ஊற்றி, கொதிக்கவிடவும்.*

- ❖ *கொதி வந்தவுடன் வாணலியை மூடி போட்டு மூடவும். அடுப்பை சிம்மில் வைத்து புலாவை 20 நிமிடம் வேகவிடவும். பின் திறந்து ஒரு முள் கரண்டியால் கிளறி சூடாக பறிமாறவும்.*
- ❖ *இதற்கு தொட்டுக் கொள்ள கடாய் பன்னீர், வெஜிடெபிள் கார குருமா ஏற்றது!*

62. சோயா மேத்தி புலாவ்

தேவையான பொருள்கள்:

உதிராக வேக வைத்த பாஸ்மதி அரிசி - 2 கப்

நறுக்கிய வெங்காயம் - 1 கப்

நறுக்கிய தக்காளி - 1 கப்

நறுக்கிய வெந்தயக் கீரை - 1 கப் (அலசி சுத்தம் செய்துவைக்கவும்)

சோயா உருண்டைகள் - 10

சர்க்கரை - 1 டீ ஸ்பூன்

மஞ்சள் தூள் - 1 சிட்டிகை

எண்ணெய் - 3 டேபிள் ஸ்பூன்

உப்பு - ருசிக்கேற்ப

நைசாக விழுதாக அரைக்க:

இஞ்சி - 1 சிறு துண்டு

பூண்டு - 4 பல்

பச்சை மிளகாய் - 2

வரமிளகாய் - 2

பட்டை - 1

கிராம்பு - 1

ஏலக்காய் - 2

தாளிக்க:

சீரகம் - 2 டீ ஸ்பூன்

மேலே தூவ:

பொடியாக நறுக்கிய மல்லித்தழை, மற்றும் புதினா - சிறிதளவு

செய்முறை:

- ❖ *முதலில் சோயா உருண்டைகளை சுடு தண்ணீரில் 20 நிமிடம் ஊற வைத்து பிழிந்து சற்று கனமான வில்லைகளாக நறுக்கிக்கொள்ளவும்.*

- அடுத்து அகலமான, கனமான ஒரு வாணலியில் எண்ணெய் காய வைத்து, சீரகம் தாளித்து, வெங்காயம், தக்காளியைப் போட்டு வதக்கவும்.
- இரண்டும் நன்கு வதங்கியதும் மஞ்சள் தூள் போட்டு, தேவையான அளவு உப்பு, சர்க்கரை, நறுக்கிய வெந்தயக் கீரை போட்டு வதக்கவும்.
- அடுத்ததாக அரைத்து வைத்துள்ள விழுதைப் போட்டு வதக்கி, பின் சோயாவில்லைகள், சாதம் போட்டுக் கலக்கவும். ஒரு 5 நிமிடம்வரை அடுப்பிலேயே வைத்திருந்து இறக்கவும். மேலாக மல்லித்தழை, புதினா தூவி, சூடாகப் பறிமாறவும்.
- சோயா மேத்திப் புலாவ் சுடச் சுட ரெடி. இதற்கு தொட்டுக் கொள்ள வெங்காய தயிர் பச்சடி டாப்!

63. தாய்லாந்து அன்னாசி புலாவ்

தேவையான பொருள்கள்:

உதிராக வேக வைத்த பாஸ்மதி அரிசி சாதம் - 3 கப்

நறுக்கிய தக்காளி - 1

பைனாப்பிள் வில்லைகள் (மிதமான துண்டுகளாக நறுக்கியது) - 1 கப்

எண்ணெய் - 3 டேபிள் ஸ்பூன்

உப்பு - ருசிக்கேற்ப

நைசாக அரைக்க:

சாம்பார் வெங்காயம் - 4

மிளகாய் தூள் - 1 டீ ஸ்பூன்

பூண்டு - 3 பல்

வெல்லம் - 2 சிட்டிகை

மேலே அலங்கரிக்க:

நெய்யில் வறுத்த முந்திரி, கிஸ்மிஸ் - தலா 2 டேபிள் ஸ்பூன்

வெங்காய தாள் (நறுக்கியது) - 1/4 கப்

பொடியாக நறுக்கிய மல்லித்தழை, புதினா தழை - சிறிதளவு

செய்முறை:

- ஒரு அடிகனமான வாணலியில் எண்ணெய் காய வைத்து, தக்காளியைப் போட்டு வதக்கவும். பிறகு வதங்கிய தக்காளியுடன் அரைத்து வைத்துள்ள விழுதைப் போட்டு வதக்கி, உப்பு போட்டு, 5 நிமிடம் சிறு தீயில் வதக்கவும்.

❖ எல்லாம் வதங்கியதும் வேக வைத்த சாதம், அன்னாசி துண்டுகளைப் போட்டுக் கலந்து, 2 நிமிடம் அடுப்பில் வைத்திருந்து இறக்கவும்.

❖ நெய்யில் வறுத்த முந்திரி, கிஸ்மிஸ், வெங்காயத்தாள், மல்லித்தழை, புதினா தூவி, கலந்து சூடாகப் பறிமாறவும்.

❖ சுவையான இந்த தாய்லாந்து அன்னாசி புலாவுக்குத் தொட்டுக் கொள்ள - தாய்லாந்து க்ரீன் கறி சூப்பரான சைட் டிஷ்.

64. ஸ்பானிஷ் புலாவ்

தேவையான பொருள்கள்:

உதிராக வடித்த பாஸ்மதி அரிசி சாதம் - 2 கப்

உப்பு - ருசிக்கேற்ப

சன்னமாக நறுக்கிய பெரிய வெங்காயம் - 1

நறுக்கிய தக்காளி - 2

நறுக்கிய பீன்ஸ் - 1 கைப்பிடி

நறுக்கிய கேரட் துண்டுகள் - 1 கைப்பிடி

நறுக்கிய பச்சை குடைமிளகாய் - 1/2 கைப்பிடி

வெண்ணெய் - 2 டீஸ்பூன்

நைசாக அரைக்க:

பூண்டு - 6 பல்

ஊற வைத்த மிளகாய் வத்தல் - 3

பட்டை - 2

கிராம்பு - 3

மிளகு - 4

எண்ணெய் - 1/2 ஸ்பூன்

செய்முறை:

❖ ஒரு கனமான வாணலியில் வெண்ணெயைப் போட்டு, அது சற்று உருக ஆரம்பித்தவுடனேயே, வெங்காயத்தைப் போட்டு சிறு தீயில் லேசாக நிறம் மாறும் வரை வதக்கவும்.

❖ அடுத்து வெங்காயத்துடன், தக்காளி, குடைமிளகாய், கேரட், பீன்ஸ் போட்டு வதக்கவும்.

❖ அனைத்தும் வதங்கியதும் அரைத்து வைத்துள்ள கலவையைப் போட்டு 5 நிமிடம் நிதானமான தீயில் வதக்கவும். பச்சை வாசனை போனதும், தேவையான உப்பு போட்டு, 5 நிமிடம் மூடி வைக்கவும்.

❖ பிறகு காய் வெந்தவுடன், சாதத்தைப் போட்டு நன்கு கலந்து 5 நிமிடம்வரைஅடுப்பிலேயே வைத்திருந்து இறக்கவும்.

❖ இந்த ஸ்பானிஷ் புலாவுக்குத் தொட்டுக் கொள்ள க்ரீமி பார்சலோனா பொட்டேடோ ஏற்றது!

65. கறுப்பு சன்னா புலாவ்

தேவையான பொருள்கள்:

உதிராக வேக வைத்த பாஸ்மதி அரிசி சாதம் - 3 கப்

கறுப்பு கொண்டைக்கடலை(வேக வைத்தது) - 1 கப்

நறுக்கிய பெரிய வெங்காயம் - 1 கப்

கீறிய பச்சை மிளகாய் - 2

இஞ்சி பூண்டு விழுது - 1 டீ ஸ்பூன்

எலுமிச்சை சாறு - 2 டீ ஸ்பூன்

கரம் மசாலா பொடி - 1 1/2 டீ ஸ்பூன்

எண்ணெய் - 3 டேபிள் ஸ்பூன்

உப்பு - ருசிக்கேற்ப

தாளிக்க:

சீரகம் - 2 டீ ஸ்பூன்

மேலே தூவி அலங்கரிக்க:

கசூரி மேத்தி (காய்ந்த வெந்தய கீரை) - சிறிதளவு

நறுக்கிய பச்சை கொத்தமல்லித்தழை - சிறிதளவு

செய்முறை:

❖ ஒரு அடிகனமான வாணலியில் எண்ணெய் ஊற்றிக் காய்ந்ததும் சீரகம் தாளிக்கவும். பின்னர் வெங்காயம், பச்சை மிளகாய், இஞ்சி பூண்டு விழுது சேர்த்து வதக்கவும்.

❖ அடுத்து தேவையான அளவு உப்பு, கரம் மசாலா பொடி போட்டு, அடுப்பை சிம்மில் வைத்து, வதக்கி, பின் வேக வைத்த கறுப்பு சன்னாவையும், சாதத்தையும் போட்டு சிறு தீயில் வைத்துக் கிளறவும்.

❖ எல்லாம் நன்றாகக் கலந்ததும் 5 நிமிடம் கழித்து அடுப்பிலிருந்து இறக்கி, மேலே கசூரி மேத்தி, மல்லித்தழை கலந்து சூடாகப் பரிமாறவும்.

❖ ருசியான கறுப்பு சன்னா புலாவ் தயார். இதற்கு தொட்டுக் கொள்ள ரஸ்வாலா சப்ஜி, பூந்தி தயிர் பச்சடி மிக ஜோராக இருக்கும்.

66. மெக்ஸிகன் ரைஸ்

தேவையான பொருள்கள்:

உதிராக வடித்த பாஸ்மதி அரிசி - 2 கப்

நறுக்கிய பச்சை குடைமிளகாய் - 1 கப்

நறுக்கிய கத்திரிக்காய் - 1 கப்

வெண்ணெய் - 2 ஸ்பூன்

மிளகாய் தூள் - 1 டீ ஸ்பூன்

உப்பு - ருசிக்கேற்ப

நைசாக அரைக்க:

வெங்காயம் - 2

தக்காளி - 2

பூண்டு - 4 பல்

மிளகாய் வற்றல் - 1

தக்காளி சாஸ் - 3 டேபிள் ஸ்பூன்

கிராம்பு - 2

மேலே தூவ:

துருவிய சீஸ் - 3/4 கப் (சீஸ் சேர்ப்பதால், உப்பு பார்த்து போடவும்)

செய்முறை:

- ஒரு அடிகனமான வாணலியில் வெண்ணெயைப் போட்டு, வெண்ணெய் உருகி வரும் சமயம், நறுக்கிய கத்திரிக்காய், குடை மிளகாயைப் போட்டு, சிறு தீயில் காய்கள் வேகும் வரை வதக்கவும்.
- காய்கள் வதங்கியதும் மிளகாய் தூள் தேவையான அளவு உப்பு, அரைத்து வைத்துள்ள கலவையைப் போட்டு சிறு தீயில் 8 நிமிடம் வரை வதக்கவும்.
- அதன் பிறகு வெந்த காய்கறிகளுடன் வேக வைத்து சாதத்தைப் போட்டுக் கிளறி, சீஸ் தூவி இறக்கவும்.

67. சன்னா தால் புலாவ்

தேவையான பொருள்கள்:

உதிராக வேக வைத்த பச்சரிசி சாதம் - 2 கப்

வேக வைத்து கடலைப் பருப்பு - 1 கப்

உப்பு - ருசிக்கேற்ப

எண்ணெய் - 2 டேபிள் ஸ்பூன்

நைசாக அரைக்க:

தேங்காய் - 1/4 மூடி

பச்சை மிளகாய் - 3

மல்லித்தழை - ஒரு கைப்பிடி

கறிவேப்பிலை- 1/2 கையளவு

பூண்டு - 4 பல்

புளி - 1 சுளை

தாளிக்க:

சீரகம் - 1 டீ ஸ்பூன்

பட்டை - 1

கிராம்பு - 1

ஏலக்காய் - 1

செய்முறை:

❖ *ஒரு கனமான வாணலியில் எண்ணெய் காயவைத்து, சீரகம், பட்டை, கிராம்பு ஏலக்காய் தாளித்து, அரைத்த கலவையைப் போட்டு அடுப்பை நிதானமாக எரியவிட்டு நிறம் மாறாமல் கிளறவும்.*

❖ *கலவை வதங்கிய பின் தேவையான அளவு உப்பு, கடலைப்பருப்பு, வேக வைத்த சாதம் மூன்றையும் போட்டு நன்கு கிளறவும். எல்லாம் நன்கு கலந்ததும் அடுப்பிலேயே 5 நிமிடம் சிறு தீயில் வைத்திருந்து இறக்கவும்.*

❖ *அவ்வளவுதான் சன்னா தால் புலாவ் ரெடி. இதை வெஜிடெபிள் மக்கன் வாலா உடன் பரிமாறவும்.*

68. சிம்லா மிர்ச் புலாவ் (குடை மிளகாய் புலாவ்)

தேவையான பொருள்கள்:

உதிராக வேக வைத்த பாஸ்மதி அரிசி சாதம் - 2 கப்

நறுக்கிய கலர் குடைமிளகாய் பச்சை, சிகப்பு, மஞ்சள் - 1 1/2 கப்

மிகமிகப் பொடியாக நறுக்கிய பூண்டு - 2 டேபிள் ஸ்பூன்

சற்று கரகரப்பாகப் பொடித்த மிளகாய் வற்றல் பொடி - 1 டேபிள் ஸ்பூன்

எலுமிச்சை சாறு - 11/2 டேபிள் ஸ்பூன்

உப்பு - ருசிக்கேற்ப

எண்ணெய் - 2 டேபிள் ஸ்பூன்

தாளிக்க:

சீரகம் - 2 டீ ஸ்பூன்

பிரிஞ்சி இலை - 1

செய்முறை:

- ❖ அடுப்பில் வாணலி வைத்து எண்ணெய் ஊற்றிக் காய்ந்ததும் நறுக்கிய பூண்டு துண்டுகளைப் போட்டு, சிறுதீயில் 5 நிமிடம் நிறம் மாறாமல் வதக்கவும்.
- ❖ அடுத்து அதனுடன் குடைமிளகாய் துண்டுகளைப் போட்டு, நிதானமான தீயில் 2 நிமிடம் வதக்கி, தேவையான அளவு உப்பு போட்டு, பாஸ்மதி சாதத்தையும் போட்டு, மெதுவாகக் கிளறி கலக்கவும். அனைத்தும் நன்கு கலந்ததும் அடுப்பிலிருந்து இறக்கி, எலுமிச்சை சாறு கலந்து, சூடாகப் பரிமாறவும்.
- ❖ இந்த சிம்லா மிர்ச் புலாவுக்கு கூக்னி சரியான சைட் - டிஷ்!

69. பன்னீர் புலாவ்

தேவையான பொருள்கள்:

உதிரான பாஸ்மதி அரிசி சாதம் - 2 கப்

பொன் நிறமாகப் பொரித்த பன்னீர் துண்டுகள் - 1 கப்

எண்ணெய் - 3 டேபிள் ஸ்பூன்

உப்பு - ருசிக்கேற்ப

தாளிக்க:

சீரகம் - 1 டீ ஸ்பூன்

நைஸ் விழுதாக அரைக்க:

வெங்காய துண்டுகள் - 1 கப்

தக்காளி துண்டுகள் - 1 கப்

பச்சை மிளகாய் - 2

புதினா - 1/4 கப்

இஞ்சி - 1 சிறு துண்டு

பூண்டு - 5 பல்

ஏலக்காய் - 3

சர்க்கரை - 1 டீ ஸ்பூன்

கரம் மசாலா பொடி - 1 1/2 டீ ஸ்பூன்

தயிர் - 2 டேபிள் ஸ்பூன்

மேலே அலங்கரிக்க:

மிகமிகப் பொடியாக நறுக்கிய பச்சை கொத்தமல்லித்தழை - சிறிதளவு

செய்முறை:

- ❖ *ஒரு அடிகனமான வாணலியை அடுப்பில் வைத்து எண்ணெய் ஊற்றவும். எண்ணெய் காய்ந்ததும், சீரகம் தாளித்து, பின் அரைத்த விழுதைப் போட்டு சிறுதீயில் 10 நிமிடம் வதக்கவும்.*
- ❖ *பின் அரைத்த கலவையுடன் வடித்து வைத்த சாதம், தேவையான அளவு உப்பு, பொரித்து வைத்த பன்னீர் துண்டுகளைப் போட்டுக் கலக்கவும். சுமார் 5 நிமிடம்வரை சிம்மில் வைத்திருந்து இறக்கவும். மல்லித்தழை தூவி கலந்து சூடாகப் பரிமாறவும்.*
- ❖ *இதற்கு ஏற்ற சைட் - டிஷ் - மிக்ஸ்ட் வெஜ்கறி!*

70. முள்ளங்கி, பச்சைப் பயறு புலாவ்

தேவையான பொருள்கள்:

உதிராக வேக வைத்த பாஸ்மதி அரிசி சாதம் - 3 கப்

பச்சைப் பயறு (என்கிற) பாசிப் பயறு - 1/4 கப்

துருவிய முள்ளங்கி - 1 கப்

உப்பு - ருசிக்கேற்ப

எண்ணெய் - 3 டேபிள் ஸ்பூன்

நைசாக அரைக்க:

இஞ்சி - 1 சிறு துண்டு

பச்சைமிளகாய் - 3

பூண்டு பல் - 5

சாம்பார் வெங்காயம் - 5

தாளிக்க:

சீரகம் - 2 டீ ஸ்பூன்

மேலே தூவ:

சிறிதளவு பொடியாக நறுக்கிய பச்சை கொத்தமல்லித்தழை

செய்முறை:

- ❖ *முதலில் பச்சைப் பயறை ஊற வைத்து, ஒரு வேக்காடு ஆவியில் வேக வைத்து எடுத்து வைக்கவும்.*

- பாஸ்மதி அரிசியை உதிர் உதிராக சாதம் வடித்து வைக்கவும்.
- அடுத்ததாக அடுப்பில் ஒரு வாணலி வைத்து எண்ணெய் ஊற்றிக் காய்ந்ததும், சீரகம் தாளித்து, துருவிய முள்ளங்கியை போட்டு, சிறு தீயில் நிறம் மாறாமல் 5 நிமிடம் வதக்கவும்.
- அடுத்ததாக வதங்கிய முள்ளங்கியுடன் அரைத்த கலவை, தேவையான அளவு உப்பு போட்டு 5 நிமிடம் சிம்மில் வைத்துப் பச்சை வாசனை போகும் வரை வதக்கவும்.
- பின் அதனுடன் பாசிப் பயறு, பாஸ்மதி சாதம் போட்டுக் கிளறவும். எல்லாம் நன்கு கலந்ததும் சிறு தீயில் 5 நிமிடம் வைத்திருந்து இறக்கவும். மல்லித்தழை தூவி சூடாகப் பரிமாறவும்.
- ருசியான இந்த முள்ளங்கி, பச்சைப் பயறு புலாவுக்குத் தொட்டுக் கொள்ள வெஜிடெபிள் மக்கன் வாலா சூப்பர் சைட் டிஷ்.

71. ப்ராக் கோலி, பட்டாணி, கேரட் புலாவ்

தேவையான பொருள்கள்:

உதிராக வேக வைத்த பாஸ்மதி அரிசி சாதம் - 2 கப்

நீளமாக நறுக்கிய பெரிய வெங்காயம் - 1 கப்

வேக வைத்த கேரட் துண்டுகள் - 1/2 கப்

வேக வைத்த பச்சைப் பட்டாணி - 1/4 கப்

வேக வைத்த ப்ராக்கோலி - 1 கப்

மிளகு பொடி - (சற்று கரகரப்பாக பொடித்த மிளகு) - 1 1/2 டீ ஸ்பூன்

எலுமிச்சை சாறு - 2 டேபிள் ஸ்பூன்

எண்ணெய் - 2 டேபிள் ஸ்பூன்

உப்பு - ருசிக்கேற்ப

செய்முறை:

- அடுப்பில் ஒரு அகலமான கனமான வாணலி வைத்து எண்ணெய் ஊற்றிக் காய்ந்ததும், வெங்காயத்தைப் போட்டு வதக்கவும்.
- வெங்காயம் நன்கு வதங்கியதும் வேக வைத்த பட்டாணி, கேரட், ப்ராக்கோலியைப் போட்டு வதக்கி, அதனுடன் தேவையான உப்பு, மிளகு பொடி, பாஸ்மதி சாதத்தையும் போட்டு சிம்மில் 10 நிமிடம் வைத்துக் கிளறி இறக்கவும். எலுமிச்சைச் சாறு கலந்து பரிமாறவும்.
- ப்ராக்கோலி, பட்டாணி, கேரட் புலாவ் சுடச் சுட ரெடி. இதற்கு தொட்டுக்கொள்ள குஜராத்தி கடி சூப்பர் ஜோடி!

72. பாலக் புலாவ்

தேவையான பொருள்கள்:

உதிராக வேக வைத்த பாஸ்மதி அரிசி சாதம் - 2 கப்
டில்லி பாலக் கீரை - 2 கப்
நீளமாக நறுக்கிய வெங்காயம் - 1 கப்
நறுக்கிய தக்காளி துண்டுகள் - 1/2 கப்
எண்ணெய் - 3 டேபிள் ஸ்பூன்
உப்பு - ருசிக்கேற்ப

நைசாக அரைக்க:

இஞ்சி - 1 சிறு துண்டு
பூண்டு - 5 பல்
பச்சை மிளகாய் - 3
மஞ்சள் தூள் - 1 சிட்டிகை
சோம்பு - 1 டீ ஸ்பூன்
ஏலக்காய் - 3
கிராம்பு - 3

தாளிக்க:

சீரகம் - 1 1/2 டீ ஸ்பூன்

மேலே தூவ:

மிகமிகப் பொடியாக நறுக்கிய மல்லித்தழை - சிறிதளவு

செய்முறை:

❖ பாலக் கீரையை நன்கு கழுவிச் சுத்தம் செய்து பொடியாக நறுக்கிக்கொள்ளவும்.

❖ பின் ஒரு கனமான அகலமான வாணலியை அடுப்பில் வைத்து எண்ணெய் ஊற்றிக் காயவைத்து, சீரகம் தாளிக்கவும். சீரகம் பொரிந்ததும் வெங்காயத்தைப் போட்டு வதக்கவும்.

❖ வெங்காயம் வதங்கியதும் தக்காளியைச் சேர்த்து கூழாக வதக்கி, பின் அரைத்த விழுதை போட்டு அடுப்பை சிம்மில் வைத்து 5 நிமிடம் வதக்கவும்.

❖ பிறகு அதனுடன் தேவையான அளவு உப்பு, பொடியாக நறுக்கிய பாலக் கீரையைப் போட்டு, சிறு தீயில் மேலும் 5 நிமிடம் வதக்கவும்.

❖ பிறகு அதனுடன் சாதத்தைப் போட்டுக் கலந்து, மல்லித்தழை தூவி இறக்கவும். சைட் டிஷ் – பூந்தி தயிர் பச்சடி, பன்னீர் பட்டர் மசாலா.

88

73. வெஜ். கறி ரைஸ்

தேவையான பொருள்கள்:

உதிராக வேக வைத்த பாஸ்மதி அரிசி - 4 கப்

வெஜ் கறிக்குத் தேவையான பொருள்கள்:

கெட்டியான தேங்காய்பால் - 1 கப்

நீளமாக நறுக்கிய பெரிய வெங்காயம் - 1 கப்

நறுக்கிய கேரட், பேபிகார்ன், பீன்ஸ் மற்றும் பட்டாணி - 2 கப்

மிகமிகப் பொடியாக நறுக்கிய பூண்டு - 2 டீ ஸ்பூன்

மிகமிகப் பொடியாக நறுக்கிய இஞ்சி - 1 சிறு துண்டு

எலுமிச்சை சாறு - 2 டீ ஸ்பூன்

உப்பு - ருசிக்கேற்ப

எண்ணெய் - 2 டேபிள் ஸ்பூன்

நைசாக அரைக்க:

பச்சை மிளகாய் - 3

தாளிக்க:

பட்டை - 2

ஏலக்காய் - 4

கிராம்பு - 2

செய்முறை:

- *நறுக்கிய காய்கறிகளை ஒரு ஆவி வேக வைத்து எடுத்துக்கொள்ளவும்.*
- *பின் அடுப்பில் ஒரு கனமான வாணலியில் எண்ணெய் ஊற்றிக் காய வைத்து, பட்டை, ஏலக்காய், கிராம்பு தாளித்து, சிறு தீயில் வெங்காயம், பூண்டை நிறம் மாறாமல் வதக்கவும். பின் பச்சை மிளகாய், இஞ்சித் துண்டுகள் போட்டு வதக்கவும்.*
- *அடுத்ததாக காய்கறிகளைப் போட்டு வதக்கி, தேவையான அளவு உப்பு போட்டுக் கிளறி, கடைசியாக தேங்காய் பாலை ஊற்றவும். அடுப்பை சிம்மில் வைத்துக் கெட்டியாகும் வரை கொதிக்க விடவும்.*
- *கலவை கெட்டியானதும் சாதத்தைப் போட்டுக் கிளறவும். மேலும் 5 நிமிடங்கள் அடுப்பில் வைத்திருந்து இறக்கவும். எலுமிச்சைச் சாறு கலந்து பரிமாறவும்.*
- *இந்த வெஜ் கறி ரைஸை கடாய் பன்னீர் கிரேவியுடன் பரிமாறவும்.*

74. சிங்கப்பூர் புலாவ் ஸ்பைஸி

தேவையான பொருள்கள்:

வேக வைத்த பாஸ்மதி அரிசி (உதிராக) - 3 கப்

பட்டாணி, கேரட், பீன்ஸ் கலவை காய்கறிகள் - 1 கப்

நறுக்கிய பச்சை குடைமிளகாய் - 1 கப்

வேக வைத்து உதிர்த்த மக்காச்சோள மணிகள் - 1/2 கப்

நீளமாக நறுக்கிய பெரிய வெங்காயம் - 1

எண்ணெய் - 3 டேபிள் ஸ்பூன்

உப்பு - ருசிக்கேற்ப

நைஸாக அரைக்க:

பூண்டு - 4 பல்

ஊறவைத்த மிளகாய் வற்றல் - 6

மிளகு - 6

இஞ்சி - 1 சிறு துண்டு

சோம்பு - 2 சிட்டிகை

மேலே தூவ:

நறுக்கிய வெங்காய தாள்.

செய்முறை:

- *பட்டாணி, கேரட், பீன்ஸை 3/4 பதம் வேகவைத்துக் கொள்ளவும்.*
- *அடுத்து ஒரு கனமான அகலமான வாணலியில் எண்ணெய் ஊற்றிக் காய வைத்து, நறுக்கிய வெங்காயத்தைப் போட்டு வதக்கவும்.*
- *வெங்காயம் வதங்கியதும் குடைமிளகாயைப் போட்டு வதக்கி, அடுத்து அரைத்து வைத்துள்ள விழுதைப் போட்டு வதக்கவும்.*
- *விழுது பச்சை வாசனை போகும்வரை அடிபிடிக்காமல் 5 நிமிடம் வதக்கி, அதன் பிறகு வேக வைத்த காய்கறி, சோளம், போட்டுக் கலந்து, தேவையான அளவு உப்பு சேர்த்து கடைசியாக சாதத்தைப் போட்டுக் கிளறவும்.*
- *சாதத்துடன் எல்லாம் நன்கு கலந்ததும், சிறு தீயில் 10 நிமிடம் வரை அடுப்பிலேயே வைத்திருந்து, வெங்காயத் தாள் தூவி இறக்கவும்.*
- *தொட்டுக்கொள்ள பன்னீர் பசந்தாவுடன் பரிமாறவும்!*

75. நட்ஸ் புலாவ்

தேவையான பொருள்கள்:

உதிராக வேக வைத்த பாஸ்மதி அரிசி சாதம் - 2 கப்

உப்பு - ருசிக்கேற்ப

நெய் - 2 டேபிள் ஸ்பூன்

நைசாக பொடித்துக்கொள்ள:

பட்டை - 1

ஏலக்காய் - 2

கிராம்பு - 2

நைசாக அரைக்க:

வெங்காய துண்டுகள் - 1 கப்

பச்சை மிளகாய் - 3

இஞ்சி - 1 சிறு துண்டு

பூண்டு - 2 பல்

மேலே தூவ:

நெய்யில் வறுத்த முந்திரி துண்டுகள், பாதாம் துண்டுகள், வால் நட் துண்டுகள் - சிறிதளவு

மேலே அலங்கரிக்க:

மிகமிகப் பொடியாக நறுக்கிய மல்லித்தழை, மற்றும் புதினா.

செய்முறை:

❖ அடுப்பில் ஒரு கனமான வாணலி வைத்து நெய்யை ஊற்றவும். நெய் காய்ந்தவுடன் அரைத்து வைத்துள்ள வெங்காயம், ப.மிளகாய், இஞ்சி, பூண்டு கலவையைப் போட்டு பச்சை வாசனை போக வதக்கவும்.

❖ பிறகு தேவையான உப்பு, பொடித்து வைத்துள்ள பட்டை, ஏலக்காய், கிராம்புப் பொடியைப் போட்டு, 2 நிமிடம் சிறு தீயில் கிளறவும்.

❖ அதற்குப் பின் பாஸ்மதி சாதத்தைப் போட்டுக் கிளறி, கூடவே நெய்யில் வறுத்த முந்திரி, பாதாம், வால்நட் துண்டுகளைக் கலந்து - 2 நிமிடம்வரை அடுப்பிலேயே வைத்திருந்து இறக்கவும். மல்லித்தழை, புதினா தூவிக் கலந்து சூடாகப் பரிமாறவும்.

❖ சுவையான இந்த நட்ஸ் புலாவுக்கு தொட்டுக் கொள்ள வெஜ் கார குருமா ஏற்றது!

76. ஆலு புலாவ்

தேவையான பொருள்கள்:

உதிராக வேக வைத்த பாஸ்மதி அரிசி சாதம் - 2 கப்

வேக வைத்த உருளைக்கிழங்கு துண்டுகள் - 2 கப்

எண்ணெய் - 2 டேபிள் ஸ்பூன்

உப்பு - ருசிக்கேற்ப

நைசாக அரைக்க: *(சிறிதளவு எண்ணெய்யில் பொன் நிறமாக வறுத்து அரைக்கவும்)*

பச்சை மிளகாய் - 3

கசகசா - 1 டீ ஸ்பூன்

மிளகு - 4

சோம்பு - 1/2 டீ ஸ்பூன்

தேங்காய் துருவல் - 3 டேபிள் ஸ்பூன்

பட்டை - 1

கிராம்பு - 1

ஏலக்காய் - 1

எண்ணெய் - 1 டீ ஸ்பூன்

தாளிக்க:

சீரகம் - 1 தேக்கரண்டி

மேலே தூவ:

பொடியாக நறுக்கிய பச்சை மல்லித்தழை - சிறிதளவு

செய்முறை:

❖ அடுப்பில் ஒரு கனமான வாணலியை வைத்து எண்ணெய் ஊற்றிக் காய்ந்ததும், சீரகம் தாளித்து, அரைத்த கலவையைப் போட்டு வதக்கவும்.

❖ கலவை பச்சை வாசனை போக வதங்கியதும் வேக வைத்த உருளைக் கிழங்கு, சாதம் போட்டு, தேவையான அளவு உப்பு கலந்து (அடுப்பு சிறு தீயில் இருக்கட்டும்) நன்கு புரட்டவும்.

❖ சுமார் 5 நிமிடம் கழித்து, மல்லித்தழை தூவி இறக்கவும். சூடாகப் பரிமாறவும்!

❖ இதற்கு தொட்டுக்கொள்ள கடாய் பன்னீர் ஏற்றது!

77. கத்திரி, பட்டாணி புலாவ்

தேவையான பொருள்கள்:

உதிராக வேக வைத்த பாஸ்மதி அரிசி சாதம் - 2 கப்

வேக வைத்த பச்சைப் பட்டாணி - 1 கப்

நீளமாக நறுக்கிய பச்சை கத்திரிக்காய் - 1 கப்

எண்ணெய் - 3 டேபிள் ஸ்பூன்

உப்பு - ருசிக்கேற்ப

நைஸ் விழுதாக அரைக்க:

நறுக்கிய பச்சை கொத்தமல்லி - 1 கட்டு

பச்சை மிளகாய் - 3

தாளிக்க:

சீரகம் - 1 டீ ஸ்பூன்

செய்முறை:

❖ அடுப்பில் ஒரு கனமான வாணலி வைத்து எண்ணெய் ஊற்றிக் காய்ந்ததும் சீரகம் தாளித்து, நீளமாக நறுக்கிய கத்திரிக்காயை போட்டு வதக்கவும். சிறு தீயில் நிறம் மாறாமல் வதக்கவும்.

❖ கத்தரிக்காய் வெந்தவுடன் அரைத்த விழுது போட்டு கூடவே தேவையான அளவு உப்பு போட்டு 5 நிமிடம் சிறு தீயில் வதக்கவும். விழுது பச்சை வாசனை போனதும் வேக வைத்த பச்சைப் பட்டாணி, பாஸ்மதி சாதம் போட்டுப் புரட்டவும். நன்றாகக் கலந்து சூடாகப் பரிமாறவும்.

❖ இதற்கு தொட்டுக்கொள்ள வெள்ளரிக்காய் பச்சடி தகுந்த சைட் டிஷ்.

78. மோத்தி புலாவ்

மோத்தி என்றால் முத்து என்று அர்த்தம். முத்து முத்தான
பாஸ்மதி அரிசியில் வெள்ளை நிறத்தில் வசீகரிக்கக்கூடிய புலாவ் இது.

தேவையான பொருள்கள்:

உதிராக வேக வைத்த பாஸ்மதி அரிசி சாதம் - 2 கப்

முழு சாம்பார் வெங்காயம் - 3/4 கப் (தோல் உரித்து வைக்கவும்)

கீறிய பச்சை மிளகாய் - 3

உரித்த பூண்டு - 1/2 கப்

உப்பு - ருசிக்கேற்ப

எண்ணெய் - 3 டேபிள் ஸ்பூன்

நைசாக பொடிக்க:

பட்டை - 1   கிராம்பு - 2

ஏலக்காய் - 3   1/2 டீ ஸ்பூன் சோம்பு

தாளிக்க:

சீரகம் - 1 டீ ஸ்பூன்

செய்முறை:

❖ ஒரு கனமான வாணலியில் எண்ணெய் ஊற்றிக் காய வைத்து, சீரகம் தாளிக்கவும். அடுத்து சிறு தீயில் நிறம் மாறாமல் பூண்டு, சாம்பார் வெங்காயத்தைப் போட்டு 10 நிமிடம் வதக்கவும்.

❖ தேவையான அளவு உப்பு, கீறிய பச்சை மிளகாயைப் போட்டு வதக்கி, அதனுடன் நைசாக பொடித்த பொடியைப் போட்டு வதக்கி, அடுத்து சாதத்தையும் போட்டுக் கிளறவும். எல்லாம் நன்கு கலந்ததும் அடுப்பை சிம்மில் வைத்து புலாவை மேலும் 5 நிமிடம் வைத்திருந்து இறக்கவும்.

79. மாம்பழ, பன்னீர் புலாவ்

தேவையான பொருள்கள்:

உதிராக வேக வைத்த பாஸ்மதி அரிசி சாதம் - 2 கப்

பொன் நிறமாக வறுத்த பன்னீர் துண்டுகள் - 1 கப்

மாம்பழ கூழ் - 1 கப்

எண்ணெய் - 3 டேபிள் ஸ்பூன்

உப்பு - ருசிக்கேற்ப

சற்று கரகரப்பாக அரைக்க:

பெரிய வெங்காய துண்டுகள் - 1 கப்

தக்காளி துண்டுகள் - 1/4 கப்

மிளகாய் வற்றல் - 6

பூண்டு - 4 பல்

சீரகம் - 1 டீ ஸ்பூன்

பட்டை - 1

கிராம்பு - 2

மேலே அலங்கரிக்க:

மிகமிகப் பொடியாக நறுக்கிய மல்லித்தழை - சிறிதளவு

புதினா தழை - சிறிதளவு

செய்முறை:

❖ ஒரு கனமான அகலமான வாணலியை அடுப்பில் வைத்து எண்ணெய் ஊற்றிக் காய்ந்ததும், முதலில் அரைத்த கலவையைப் போட்டு சிறு தீயில் 10 நிமிடம் வதக்கவும்.

❖ பின் மாம்பழ கூழை ஊற்றவும். தேவையான அளவு உப்பு சேர்க்கவும். மிதமான தீயில் சற்று கெட்டியாகும் வரை வதக்கிக் கொள்ளவும்.

❖ கடைசியாக வேகவைத்த சாதத்தையும், பொரித்து வைத்துள்ள பன்னீரையும் போட்டுக் கலந்து தீயை சிம்மில் வைத்து 5 நிமிடம்வரை அடுப்பிலில் வைத்திருந்து இறக்கவும்.

❖ மேலாக மல்லித்தழை, புதினா தூவி சூடாகப் பரிமாறவும்.

80. வெண்டைக்காய் ஃப்ரை புலாவ்

தேவையான பொருள்கள்:

உதிராக வடித்த பாஸ்மதி அரிசி சாதம் - 2 கப்

சன்னமாக நறுக்கி, பொன்நிறமாக பொரித்த வெண்டைக்காய் - 2 கப்

மிளகாய் தூள் - ருசிக்கேற்ப

பொடியாக நறுக்கிய பூண்டு - 1 டேபிள் ஸ்பூன்

எண்ணெய் - 2 டேபிள் ஸ்பூன்

நைசாக விழுது அரைக்க:

சாம்பார் வெங்காயம் - 10

தக்காளி - 2

சோம்பு - 2 சிட்டிகை

மேலே தூவ:

மிகமிகப் பொடியாக நறுக்கிய மல்லித்தழை - சிறிதளவு

செய்முறை:

❖ அடுப்பில் வாணலி வைத்து எண்ணெய் ஊற்றிக் காய்ந்ததும், சிறு தீயில் பூண்டைப் போட்டு வதக்கவும். பின் அரைத்த கலவையை ஊற்றி வதக்கி, அளவான உப்பு, மிளகாய் தூள் போட்டு அடுப்பை சிம்மில் வைக்கவும்.

❖ மிளகாய் தூள் நெடி போக வதங்கியதும் சாதத்தையும், பொரித்து வைத்துள்ள வெண்டைக்காய் துண்டுகளையும் போட்டுக் கிளறவும்.

❖ நன்கு கலந்ததும் சிறு தீயில் மேலும் 5 நிமிடம் வதக்கி, மல்லித்தழை தூவி இறக்கவும். சுடச்சுட பரிமாறவும்.

கிரேவி வகைகள்

81. கத்திரிக்காய் மசாலா கறி

தேவையான பொருள்கள்:

பச்சை நிற சின்ன கத்திரிக்காய் - 15
கீறிய பச்சை மிளகாய் - 2
கெட்டியான புளி தண்ணீர் - 1 கப்
வெல்லம் - சிறிதளவு
எண்ணெய் - 3 டேபிள் ஸ்பூன்
உப்பு - ருசிக்கேற்ப

நைசாக அரைக்க:

பெரிய வெங்காய துண்டுகள் - 2 கப்
தக்காளி துண்டுகள் - 2 கப்
பூண்டு - 5 பல்
இஞ்சி - 1 சின்ன துண்டு
மிளகாய் வற்றல் - 6
சோம்பு - 1 சிட்டிகை
தனியா தூள் - 2 டேபிள் ஸ்பூன்

தாளிக்க:

கடுகு - 1 டீ ஸ்பூன்
சீரகம் - 1 டீ ஸ்பூன்.

மேலே அலங்கரிக்க:

மிகமிகப் பொடியாக நறுக்கிய மல்லித்தழை, கறிவேப்பிலை - சிறிதளவு

செய்முறை:

- *கனமான வாணலியில் எண்ணெய் காய வைத்து, கடுகு, சீரகம் தாளிக்கவும். அரைத்து வைத்துள்ள கலவையைப் போட்டு சிறு தீயில் பச்சை வாசனை போகும் வரை வதக்கவும். பின் கத்திரிக்காயை நான்காக லேசாகக் கீறி, காம்பு சிறிதளவு நறுக்கி, அப்படியே போட்டு வதக்கவும்.*
- *கத்தரிக்காய் வதங்கி நிறம் மாறியதும் தேவையான அளவு உப்பு, வெல்லம் சேர்த்து புளித் தண்ணீர் ஊற்றிக் கொதிக்கவிடவும்.*
- *முதல் கொதி வந்தவுடன் அடுப்பை சிம்மில் வைத்து வாணலியை மூடி போட்டு மூடி வேகவிடவும்.*

❖ கத்திரிக்காய் வெந்தவுடன் மல்லித்தழை, கறிவேப்பிலை தூவி இறக்கினால் ருசியான கத்தரிக்காய் மசாலாக் கறி தயார்.

பி.கு: குழம்பு சற்றுத் தளர்த்தியாக இருக்க வேண்டும். கத்தரிக்காயை முன் பாகம் லேசாக வகுந்து போடவும் உடையாமல் பார்த்துக் கொள்ளவும். கத்திரிக்காய் முழுசாக இருக்க வேண்டும்.

82. உருளை கார குருமா

தேவையான பொருள்கள்:

துண்டுகளாக நறுக்கிய உருளைக் கிழங்கு - 2 கப்

பொடியாக நறுக்கிய பெரிய வெங்காயம் - 1 கப்

பொடியாக நறுக்கிய தக்காளி - 2 கப்

சர்க்கரை - 1 டீ ஸ்பூன்

சாம்பார் பொடி - 3 டீ ஸ்பூன்

மஞ்சள் தூள் - ஒரு சிட்டிகை

தண்ணீர் - 3 கப்

உப்பு - ருசிக்கேற்ப

தாளிக்க:

எண்ணெய் - 2 டேபிள் ஸ்பூன்

சீரகம் - 1 டீ ஸ்பூன்

கடுகு - 1 டீ ஸ்பூன்

மேலே தூவ:

பொடியாக நறுக்கிய மல்லித்தழை - சிறிதளவு.

செய்முறை:

❖ ஒரு பிரஷர் குக்கரில் எண்ணெய்விட்டுக் காய வைத்து, கடுகு தாளித்து, கடுகு வெடித்ததும் சீரகம் தாளித்து, வெங்காயத்தை போட்டு வதக்கவும்.

❖ வெங்காயம் நன்கு பொன்நிறமாக வதங்கியதும், தக்காளியைப் போட்டு வதக்கவும். அதைத் தொடர்ந்து, தேவையான அளவு உப்பு, சர்க்கரை, சாம்பார் பொடியைப் போட்டு வதக்கி, கூடவே நறுக்கிய உருளைக்கிழங்கு துண்டுகளைப் போட்டு வதக்க்கப்வும்.

❖ எல்லாம் நன்கு வதங்கியதும் 3 கப் தண்ணீர் விட்டு மூடி, ஆவி வந்தவுடன் வெயிட்டை போட்டு, 3 விசில், 10 நிமிடம் சிம்மில் வைத்து, பிரஷர் போனவுடன் திறந்து மல்லித்தழை, கறிவேப்பிலை தூவி, சூடாகப் பரிமாறவும்.

83. வெள்ளை குருமா

தேவையான பொருள்கள்:

நறுக்கி வேகவைத்த (கேரட், பீன்ஸ், காலிபிளவர், உருளைக்கிழங்கு) காய்கறிகள் - 2 கப்

வேக வைத்த பச்சைப் பட்டாணி - 1 கப்

பொடியாக நறுக்கிய பெரிய வெங்காயம் - 1 கப்

உப்பு - ருசிக்கேற்ப

எண்ணெய் - 3 டேபிள் ஸ்பூன்

நைசாக அரைக்க (முதல் விழுது):

தேங்காய் - 1/2 மூடி

பச்சை மிளகாய் - 4

சோம்பு - 1/2 டீ ஸ்பூன்

பட்டை - 1

கிராம்பு - 3

ஏலக்காய் - 4

பூண்டு - 3 பல்

இஞ்சி - 1 சிறு துண்டு

நைசாக அரைக்க (இரண்டாவது விழுது):

பாலில் ஊறவைத்த முந்திரி - 10 (பாலுடன் முந்திரியை நைசாக அரைக்கவும்)

மேலே தூவி கலக்க:

நன்கு கடைந்த கெட்டியான புளிக்காத தயிர் - 1/4 கப்

மிகப் பொடியாக நறுக்கிய மல்லித்தழை - சிறிதளவு

செய்துறை:

❖ அடுப்பில் ஒரு கனமான வாணலி வைத்து எண்ணெய் ஊற்றிக் காய வைத்து, வெங்காயத்தைப் போட்டு வதக்கவும். அடுப்பு நிதானமாக எரிய வேண்டும்.

❖ வெங்காயம் பொன்னிறமாக வதங்கியதும் முதல் விழுதை போட்டு 5 நிமிடம் வதக்கி பின் காய்கறிகள், பட்டாணியை போட்டு உப்பு சேர்த்து வதக்கவும்.

❖ எல்லாம் வதங்கியதும் இரண்டாவது விழுதைப் போட்டுக் கலந்து ஒரு கொதி வந்தவுடன் அடுப்பிலிருந்து இறக்கி, தயிர், மல்லித்தழை போட்டு சூடாகப் பரிமாறவும்.

பி. கு: குருமா சற்று கெட்டியாக இருந்தால், சிறிதளவு காய்ச்சி ஆற வைத்த் பால் கலக்கலாம். சுவை கூடும். தண்ணீர் சேர்த்தால் சப்பென்று போய்விடும்.

84. மிக்ஸ்டு வெஜிடெபிள் கறி

தேவையான பொருள்கள்:

காய்கறிகள் (கேரட், பீன்ஸ், காலிபிளவர்) - 2 கப்

உரித்த பச்சைப் பட்டாணி - 1 கப் (வேக வைக்கவும்)

உப்பு - ருசிக்கேற்ப

நறுக்கிய வெங்காயம் - 1 கப்

நறுக்கிய குடைமிளகாய் - 1/2 கப்

எண்ணெய் - 3 டேபிள் ஸ்பூன்

கார்ன் பிளவர் (வெள்ளை சோளமாவு) - 2 டீ ஸ்பூன்

பால் - 1 கப் (கார்ன் பிளவர் கரைத்து ஊற்ற)

நைசாக விழுது அரைக்க:

தக்காளி - 6

பூண்டு - 5 பல்

இஞ்சி - 1 சிறு துண்டு

மஞ்சள் தூள் - 1 சிட்டிகை

மிளகாய் வற்றல் - 6

தனியா தூள் - 2 டீ ஸ்பூன்

தாளிக்க:

சீரகம் - 2 டீ ஸ்பூன்

மேலே தூவி அலங்கரிக்க:

கையால் கசக்கிய கசூரி மேத்தி (காய்ந்த வெந்தய கீரை) - சிறிதளவு

பொடியாக நறுக்கிய மல்லித்தழை - சிறிதளவு

செய்முறை:

- *கேரட், பீன்ஸ், சுடுநீரில் சுத்தம் செய்த காலிபிளவர் எல்லாவற்றையும் துண்டுகளாக்கி வேக வைத்து எடுத்துக்கொள்ளவும்.*
- *பின் அடுப்பில் ஒரு கனமான வாணலி வைத்து எண்ணெய் விட்டுச் சூடானதும், சீரகம் தாளிக்கவும். பின் வெங்காயத்தைப் போட்டு பொன்நிறமாக வதக்கி, குடைமிளகாயைப் போட்டு மேலும் 2 நிமிடம் வதக்கவும்.*

❖ அடுத்ததாக அரைத்து வைத்துள்ள விழுதைப் போட்டு 5 நிமிடம் சிம்மில் வைத்து வதக்கவும். விழுதின் பச்சை வாசனை போனதும் வேக வைத்த காய்கறிகள், பட்டாணியை போட்டு, 5 நிமிடம் சிறு தீயில் வதக்கவும்.

❖ அடுத்து அடுப்பை நிதானமாக எரிய விட்டு கார்ன்பிளவரை (வெள்ளை சோளமாவு) பாலில் கரைத்து ஊற்றி கொதிக்கவிடவும்.

❖ கொதிவந்தவுடன் அடுப்பிலிருந்து இறக்கி, கசூரி மேத்தி, மல்லித்தழை தூவினால் மிக்ஸ்டு வெஜிடெபிள் கறி ரெடி.

85. கடாய் பன்னீர் மசாலா

தேவையான பொருள்கள்:

சற்று பெரிய துண்டுகளாக நறுக்கிய பெரிய வெங்காயம் - 1 கப்

சற்று பெரிய துண்டுகளாக நறுக்கிய பச்சை குடைமிளகாய் - 1 கப்

பெரிய துண்டுகளாக நறுக்கிய பன்னீர் - 1 1/2 கப்

தக்காளி விழுது - 2 கப்

இஞ்சி பூண்டு விழுது - 1 டீ ஸ்பூன்

உப்பு - ருசிக்கேற்ப

வெறும் வாணலியில் வறுத்து பொடிக்க: *(கடாய் மசாலா)*

மிளகாய் வற்றல் - 5

மிளகு - 4

தனியா - 2 டீ ஸ்பூன்

வெந்தயம் - ஒரு சிட்டிகை

சீரகம் - 2 சிட்டிகை

தாளிக்க:

எண்ணெய் - 2 டேபிள் ஸ்பூன்

சீரகம் - 1 1/2 டீ ஸ்பூன்

கிள்ளிய மிளகாய் வற்றல் துண்டுகள் - 4

மேலே தூவ:

கையால் கசக்கிய கசூரி மேத்தி (காய்ந்த வெந்தய கீரை) - சிறிதளவு

பொடியாக நறுக்கிய கொத்தமல்லித்தழை - சிறிதளவு

செய்முறை:

❖ முதலில் 3 கப் சுடுதண்ணீரில் 1 சிட்டிகை மஞ்சள் தூள் போட்டு பன்னீர்

துண்டுகளைப் போட்டு மூடி வைக்கவும்.

❖ அடுத்து ஒரு வாணலியில் எண்ணெய் காய வைத்து மிளகாய் வற்றல் கிள்ளிப் போட்டு, சீரகம் தாளிக்கவும். பெரிய வெங்காயத்தைப் போட்டு வதக்கவும்.

❖ வெங்காயம் வதங்கியவுடன், இஞ்சி பூண்டு விழுதைப் போட்டு அடுப்பை நிதானமாக எரியவிட்டு, வதக்கவும்.

❖ அடுத்ததாக தக்காளி விழுதைச் சேர்த்து வதக்கவும். 5 நிமிடம் கழித்து வறுத்துப் பொடித்த பொடியைப் போட்டு, கூடவே தேவையான உப்பு போட்டு வதக்கவும். பின் குடைமிளகாய் துண்டுகளையும் போட்டு சிறு தீயில் 5 நிமிடம் வதக்கி, பன்னீரை வடிகட்டிச் சேர்க்கவும்.

❖ எல்லாம் சேர்ந்து கலந்ததும், அடுப்பிலிருந்து இறக்கி, கசூரி மேத்தி, மல்லித்தழை தூவி சூடாகப் பரிமாறவும்.

86. பன்னீர் பூர்ஜி

தேவையான பொருள்கள்:

துருவிய பன்னீர் - 3 கப்

மிகமிகப் பொடியாக நறுக்கிய குடைமிளகாய் - 1 கப்

மிகமிகப் பொடியாக நறுக்கிய பெரிய வெங்காயம் - 1 கப்

மிகமிகப் பொடியாக நறுக்கிய தக்காளி - 3/4 கப்

இஞ்சி பூண்டு விழுது - 1 டீ ஸ்பூன்

கீறிய பச்சை மிளகாய் - 2

உப்பு - ருசிக்கேற்ப

கிச்சன் கிங் மசாலா பொடி - 2 டீ ஸ்பூன்

மஞ்சள் தூள் - 1 சிட்டிகை

தாளிக்க:

எண்ணெய் - 2 டேபிள் ஸ்பூன்

சீரகம் - 1 டீ ஸ்பூன்

மேலே அலங்கரிக்க:

கையால் கசக்கிய கசூரி மேத்தி (காய்ந்த வெந்தய கீரை) - சிறிதளவு

மிகப் பொடியாக நறுக்கிய மல்லித்தழை - சிறிதளவு

செய்முறை:

❖ ஒரு வாணலியில் எண்ணெய் விட்டு, காய்ந்தவுடன் சீரகம் தாளித்து,

வெங்காயத்தைப் போட்டு வதக்கவும். அடுப்பு நிதானமாக எரியட்டும். பின் தக்காளியை வதக்கி, மஞ்சள்பொடி, இஞ்சி பூண்டு விழுதைப் போட்டு, கீறிய மிளகாயையும் போட்டு சிறிதளவு வதக்கி, உப்பு சேர்த்துக் கிளறவும்.

❖ அடுத்து நறுக்கிய குடைமிளகாய், கிச்சன் கிங் மசாலா பொடி போட்டு, துருவிய பன்னீரை சேர்த்து, உடையாமல் 2 நிமிடம் வதக்கி, அடுப்பிலிருந்து இறக்கவும். கசூரி மேத்தி, மல்லித்தழை தூவி சூடாகப் பரிமாறவும்.

87. பன்னீர் பட்டர் மசாலா

தேவையான பொருள்கள்:

பன்னீர் துண்டுகள் - 2 கப்

சர்க்கரை - 1 டீ ஸ்பூன்

கேசரி கலர் - 1 சிட்டிகை

எண்ணெய் - (பொரிக்கத் தேவையான அளவு)

உப்பு - ருசிக்கேற்ப

முதல் விழுது: *(எண்ணெயில் வதக்கி நைசாக அரைக்கவும்)*

எண்ணெய் - 2 டீ ஸ்பூன்

பெரிய வெங்காயம் - 2

தக்காளி (பெங்களூர் தக்காளி) - 7

பூண்டு - 6 பல்

இஞ்சி - 1 சிறு துண்டு

பட்டை - 1

ஏலக்காய் - 3

கிராம்பு - 2

சோம்பு - 1 சிட்டிகை

மிளகாய் தூள் - 1 டீ ஸ்பூன்

இரண்டாவது விழுது:

நைசாக அரைக்கவும்

காய்ச்சி ஆற வைத்த பால் - 1 கப்

முந்திரி - 1/4 கப்

(முந்திரியை பாலில் ஊற வைத்து பின்பு அரைக்கவும்)

தாளிக்க:

எண்ணெய் - 1 1/2 டேபிள் ஸ்பூன்

நெய் - 1 1/2 டேபிள் ஸ்பூன்

சீரகம் - 1 1/2 டீ ஸ்பூன்

மேலே அலங்கரிக்க:

பொடியாக நறுக்கிய பச்சை கொத்தமல்லித்தழை - சிறிதளவு

கையால் கசக்கிய கசூரி மேத்தி (காய்ந்த வெந்தய கீரை) - சிறிதளவு

வெண்ணெய் - 2 டேபிள் ஸ்பூன்

தக்காளி சாஸ் - 2 டீ ஸ்பூன்

செய்முறை:

- *முதலில் பன்னீர் துண்டுகளை எண்ணெயில் போட்டு மிதமான பொன்னிறத்தில் பொரித்தெடுத்து வைக்கவும்.*
- *ஒரு கடாயில் எண்ணெய் + நெய் விட்டு காய வைத்து, சீரகம் தாளிக்கவும். பின் முதல் விழுதை சிறுதீயில் 5 நிமிடம் வதக்கி, உப்பு, சர்க்கரை போட்டு, கேசரி கலர் சேர்க்கவும்.*
- *பின் அடுப்பை நிதானமாக எரிய விட்டு இரண்டாவது விழுதைப் போட்டு வதக்கி, பின் கடைசியாக பொரித்த பன்னீரைப் போட்டுக் கலந்து இறக்கவும்.*
- *கசூரி மேத்தி, மல்லித்தழை, சாஸ் போட்டுக் கலந்து, இறுதியில் வெண்ணெய் போட்டு சூடாகப் பரிமாறவும்.*

பி. கு:கிரேவி சற்று கெட்டியாக இருந்தால், மிதமான சூட்டில் பாலை விட்டுக் கலக்கவும். தண்ணீர் விடக்கூடாது. ருசி மாறிவிடும்.

88. அன்னாசி சா காரம்

தேவையான பொருள்கள்:

நறுக்கிய அன்னாசி பழ துண்டுகள் - 5 கப்

தண்ணீர் - 1/4 கப்

உப்பு - ருசிக்கேற்ப

நைசாக அரைக்க:

தேங்காய் துருவல் - 1/2 கப்

வெல்லம் - 2 டீ ஸ்பூன்

கடுகு - 2 சிட்டிகை

புளிபேஸ்ட் - 1/2 டேபிள் ஸ்பூன்

மிளகாய் வற்றல் - 4

தாளிக்க:

எண்ணெய் - 1 டேபிள் ஸ்பூன்

கடுகு - 1/2 டீ ஸ்பூன்

செய்முறை:

- *ஒரு வாணலியில் எண்ணெய் காய வைத்து, கடுகு தாளித்து, பின் அன்னாசி துண்டுகளைப் போட்டு வதக்கவும். பின் 1/4 கப் தண்ணீர் விட்டு கொதிக்க விடவும்.*
- *5 நிமிடம் கழித்து அரைத்து வைத்துள்ள தேங்காய் கலவையைப் போட்டு ஒரு கொதி வந்தவுடன் இறக்கிப் பரிமாறவும்.*

89. மிர்ச் கா சலான்

இது பஜ்ஜி மிளகாய் கொண்டு செய்யப்படும் ஒரு ஹைதராபாத் ஸ்பெஷல்

தேவையான பொருள்கள்:

விதை எடுத்து பொடியாக நறுக்கிய பஜ்ஜி மிளகாய் - 2 கப்

கெட்டியான புளி தண்ணீர் - 1/4 கப்

உப்பு - ருசிக்கேற்ப

சர்க்கரை - சிறிதளவு

எண்ணெயில் வதக்கி நைசாக அரைக்கவும்:

எண்ணெய் - 2 டீ ஸ்பூன்

பெரிய வெங்காய துண்டுகள் - 1 கப்

பெங்களூர் தக்காளி துண்டுகள் - 2 கப்

பூண்டு - 4 பல்

இஞ்சி - 1 சிறு துண்டு

வெறும் வாணலியில் வறுத்துப் பொடிக்க:

வெள்ளை எள் - 1 டீ ஸ்பூன்

வேர்க்கடலை - 2 டீ ஸ்பூன்

மிளகாய் வற்றல் - 1

தனியா - 1/4 டீ ஸ்பூன்

தாளிக்க:

எண்ணெய் - 2 டேபிள் ஸ்பூன்

சீரகம் - 1 டீ ஸ்பூன்

செய்முறை:

- ஒரு வாணலியில் எண்ணெய் விட்டு, காய்ந்தவுடன் சீரகம் தாளித்து, பஜ்ஜி மிளகாயைப் போட்டு வதக்கவும். பின் உப்பு, சர்க்கரை போட்டுப்ம் பிரட்டவும். அடுத்து நைசாக அரைத்த கலவையைப் போட்டு வதக்கவும். அடுப்பு நிதானமாக எரியட்டும்.
- அடுத்ததாக புளித் தண்ணீரை விட்டு கொதிக்கவிடவும். 5 நிமிடம் கழித்து, பொடித்து வைத்துள்ள பொடியைப் போட்டு, அடுப்பை சிம்மில் வைத்து 5 நிமிடம் கொதிக்க வைத்து இறக்கவும். சூடாகப் பரிமாறவும்.

90. ஆலு கோபி மசாலா

தேவையான பொருள்கள்:

காலிபிளவர் உதிர்த்த பூக்கள் - 2 கப் (சற்று பெரிய பூக்களாக இருக்கட்டும்)

உருளைக்கிழங்கு துண்டுகள் - 1 கப் (தோல் சீவி நீளமான சற்று தடிமனான துண்டுகளாக நறுக்கவும்.)

உப்பு - ருசிக்கேற்ப

தண்ணீர் - 1/2 கப்

எண்ணெய் (பொரிக்க) - 1/4 கிலோ

நைசாக விழுது அரைக்க:

பெரிய வெங்காயம் - 2

தக்காளி - 6

இஞ்சி - 1 சின்ன துண்டு

பூண்டு - 4 பல்

தனியாத் தூள் - 2 டீ ஸ்பூன்

மிளகாய் தூள்- 1 டீ ஸ்பூன்

கரம் மசாலா பொடி - 1 1/4 டீ ஸ்பூன்

மஞ்சள் தூள் - 1 சிட்டிகை

தாளிக்க:

எண்ணெய் - 2 டேபிள் ஸ்பூன்

சீரகம் - 1 டீ ஸ்பூன்

மேலே அலங்கரிக்க:

மிகப் பொடியாக நறுக்கிய மல்லித்தழை - சிறிதளவு

செய்முறை:

- ❖ அடுப்பில் வாணலி வைத்து எண்ணெய் ஊற்றிக் காய்ந்ததும் காலி பிளவர் பூக்களை பொன்னிறமாக பொரித்தெடுத்துக் கொள்ளவும். அடுத்து அதே எண்ணெயில் உருளைக்கிழங்கு துண்டுகளையும் போட்டு பொன்னிறமாக பொரித்தெடுத்து வைக்கவும்.
- ❖ மறுபடியும் ஒரு வாணலியில் எண்ணெய் விட்டுச் சூடானதும், சீரகம் தாளித்து அரைத்த விழுதை போட்டு சிறுதீயில் வதக்கவும். பின் தேவையான அளவு உப்பு, பொரித்த உருளைக்கிழங்கு, காலிபிளவர் துண்டுகளைப் போட்டு, 1/2 கப் தண்ணீர் விட்டு கொதிக்கவிடவும்.
- ❖ கொதி வந்தவுடன் அடுப்பை சிம்மில் 5 நிமிடம் வைத்து மல்லித்தழை தூவி இறக்கவும்.

91. குஜராத்தி கடி

தேவையான பொருள்கள்:

கடலை மாவு - 1/2 கப்

கீறிய பச்சை மிளகாய் - 3

இஞ்சி துருவல் - 1/4 டீ ஸ்பூன்

கெட்டியான, புளிக்காத கடைந்த தயிர் - 2 கப்

சர்க்கரை - 5 டீ ஸ்பூன்

தண்ணீர் - 11/2 கப்

உப்பு - ருசிக்கேற்ப

தாளிக்க:

நெய் - 1 டேபிள் ஸ்பூன்

கடுகு - 1/4 டீ ஸ்பூன்

சீரகம் - 1/2 டீ ஸ்பூன்

கறிவேப்பிலை - ஒரு கொத்து

மேலே தூவ:

பொடியாக நறுக்கிய கொத்தமல்லித்தழை - சிறிதளவு

செய்முறை:

- ❖ கடைந்த தயிரில், கடலைமாவு, தண்ணீர், உப்பு, சர்க்கரை சேர்த்து நன்கு கலக்கவும்.
- ❖ ஒரு அடிகனமான பாத்திரத்தில் தயிர் கலவையை ஊற்றிக் கொதிக்க விடவும். கொதிவந்தவுடன் அடுப்பை சிறு தீயில் வைத்து, மேலும் 5 நிமிடம் கொதிக்கவிட்டு, இஞ்சி துருவல், பச்சை மிளகாய் சேர்க்கவும்.

அதற்கு மேலும் 5 நிமிடம் சிறுதீயில் கொதிக்க வைத்து இறக்கவும்.

❖ கிரேவியின் மேல் தாளிக்கக் கொடுத்தவைகளை தாளித்துக் கொட்டவும். மல்லித்தழை தூவி, சூடாகப் பரிமாறவும்.

92. மட்டர் பன்னீர் மசாலா

தேவையான பொருள்கள்:

வேக வைத்த பச்சைப் பட்டாணி - 2 கப்

துண்டுகளாக்கிய பன்னீர் - 1 கப்

சர்க்கரை- 1 டீ ஸ்பூன்

பால் - 2 கப்

(கார்ன்பிளவர்) சோள மாவு - 2 டீ ஸ்பூன்

உப்பு - ருசிக்கேற்ப

வதக்கி நைசாக அரைக்க: *(எண்ணெயில் வதக்கி அரைக்கவும்)*

எண்ணெய் - 2 டீ ஸ்பூன்

நறுக்கிய வெங்காயம் - 1 கப்

நறுக்கிய தக்காளி - 2 கப்

முந்திரி துண்டுகள் - 1 டேபிள் ஸ்பூன்

மஞ்சள் தூள் - 1 சிட்டிகை

இஞ்சி - 1 சிறிய துண்டு

பூண்டு - 4 பல்

பட்டை - 1

ஏலக்காய் - 2

கிராம்பு - 2

பச்சை மிளகாய் - 2

மிளகாய் தூள் - 1/2 டீ ஸ்பூன்

தனியா தூள் - 2 டீ ஸ்பூன்

தாளிக்க:

எண்ணெய் - 2 டேபிள் ஸ்பூன்

சீரகம் - 1 1/2 டீ ஸ்பூன்.

மேலே தூவ:

மிகப் பொடியாக நறுக்கிய பச்சை கொத்தமல்லி - 3/4 டீ ஸ்பூன்

கிச்சன் கிங் மசாலா பொடி (எல்லா பெரிய கடைகளிலும் கிடைக்கும்)

செய்முறை:

❖ முதலில் பன்னீரை சற்று பொன் நிறமாக வறுத்து சுடு தண்ணீரில் போட்டு மூடி வைக்கவும்.

❖ அடுத்து ஒரு கனமான வாணலியில் எண்ணெய் ஊற்றிக் காய்ந்ததும், சீரகம் தாளித்து அரைத்து வைத்துள்ள கலவையைப் போட்டு 5 நிமிடம் சிறு தீயில் வதக்கவும். பின் வேக வைத்த பச்சைப் பட்டாணி, உப்பு, சர்க்கரை எல்லாவற்றையும் போட்டு, கூடவே பொரித்த பன்னீரையும் வடிகட்டிப் போட்டுக் கிளறி வதக்கவும்.

❖ பின் 2 கப் பாலில் கார்ன் பிளவர் மாவைப் போட்டுக் கரைத்து, கலவையில் ஊற்றவும். அடிபிடிக்காமல் கலந்து கொதித்து கிரேவியானதும் மல்லித்தழை, கிச்சன் கிங் மசாலா பொடி தூவி, கலந்து சூடாகப் பரிமாறவும்.

93. பாலக் பன்னீர் மசாலா

தேவையான பொருள்கள்:

டில்லி பாலக் கீரை -3 கட்டு

பொடியாக நறுக்கிய பெரிய வெங்காயம் - 1 கப்

நறுக்கிய தக்காளி துண்டுகள் - 1/2 கப்

பன்னீர் துண்டுகள் - 1 1/2 கப்

வெண்ணெய் - 1 1/2 டேபிள் ஸ்பூன்

கிச்சன் கிங் மசாலா பொடி - 2 டீ ஸ்பூன்

சமையல் சோடா - 1 சிட்டிகை

உப்பு - ருசிக்கேற்ப

நைசாக அரைக்க:

பூண்டு - 4 பல்

இஞ்சி - 1 சிறு துண்டு

பச்சை மிளகாய் - 2

தாளிக்க:

எண்ணெய் - 2 டேபிள் ஸ்பூன்

சீரகம் - 1 டீ ஸ்பூன்

மேலே அலங்கரிக்க:

பொடியாக நறுக்கிய மல்லித்தழை - சிறிதளவு

செய்முறை:

❖ முதலில் பாலக் கீரையை கழுவிச் சுத்தம் செய்து பொடியாக நறுக்கிக்
கொள்ளவும்.

❖ பின் பன்னீர் துண்டுகளை சற்றுப் பொன் நிறமாக வறுத்து சுடு
தண்ணீரில் போட்டு மூடி வைக்கவும்.

❖ அடுத்து ஒரு பாத்திரத்தில் நறுக்கிய கீரையைப் போட்டு, 1 கப் தண்ணீர்
விட்டுக் கொதிக்க விடவும். கொதி வந்தவுடன் சமையல் சோடா ஒரு
சிட்டிகையைப் போட்டு, மேலும் 4 நிமிடங்கள் கொதிக்கவிட்டு
இறக்கவும். கீரை வெந்திருக்கும். அதை ஆறவைத்து பின் நைசாக
அரைத்துக் கொள்ளவும்.

❖ அடுத்தபடியாக அடுப்பில் ஒரு கனமான வாணலியில் எண்ணெய் காய
வைத்து, சீரகம் தாளித்து, பின் நறுக்கிய வெங்காயத்தைப் போட்டு
வதக்கவும். வெங்காயம் நன்கு வதங்கியதும் தக்காளியைப் போட்டு
வதக்கி, தேவையான அளவு உப்பு சேர்க்கவும்.

❖ பிறகு அரைத்த விழுதைப் போட்டு பச்சை வாசனை போக வதக்கி 2 டீ
ஸ்பூன் கிச்சன் கிங் மசாலாவைப் போட்டு வதக்கவும். அரைத்து
வைத்துள்ள கீரையைப் போட்டு அடுப்பை சிம்மில் 5 நிமிடம் வைக்கவும்.

❖ 5 நிமிடத்துக்குப் பிறகு பொரித்து வைத்துள்ள பன்னீரை வடிகட்டிச்
சேர்த்து கலக்கவும். எல்லாம் நன்கு கலந்ததும் கலவை அதிகம்
கெட்டியாகும் முன் பார்த்து இறக்கவும்.

❖ கடைசியாக மல்லித்தழை தூவி, வெண்ணெயைப் போட்டு, சூடாகப்
பரிமாறவும். அவ்வளவுதான் அருமையான பாலக் பன்னீர் மசாலா ரெடி.

94. டமாட்டர் கடி

தேவையான பொருள்கள்:

கடலைமாவு - 2 டேபிள் ஸ்பூன்

தக்காளி - 8

கீறிய பச்சை மிளகாய் - 2

மிளகாய் தூள்- 3/4 டீ ஸ்பூன்

சர்க்கரை - 1 டீ ஸ்பூன்

உப்பு - ருசிக்கேற்ப

தண்ணீர் - 1 கப்

தாளிக்க:

நெய் - 1 டேபிள் ஸ்பூன்

எண்ணெய் - 1 டேபிள் ஸ்பூன்

சீரகம் - 1 டீ ஸ்பூன்

மேலே அலங்கரிக்க:

மிகமிகப் பொடியாக நறுக்கிய மல்லித்தழை - சிறிதளவு

பொடியாக நறுக்கிய கறிவேப்பிலை - சிறிதளவு

செய்முறை:

❖ தக்காளியை வேகவைத்து தோல் உரித்து விழுதாக அரைத்துக் கொள்ளவும். பின் வடிகட்டிக் கொள்ளவும்.

❖ அடுத்ததாக ஒரு கனமான வாணலியில் எண்ணெய், நெய் காய வைத்து, சீரகம் தாளித்து, கடலை மாவைப் போட்டு சிறு தீயில் 5 நிமிடம் வதக்கவும்.

❖ பின் கீறி வைத்த பச்சை மிளகாய், தேவையான உப்பு, மிளகாய் தூள், சர்க்கரையைப் போட்டு, தக்காளி விழுதையும் சேர்த்து கூடவே 1 கப் தண்ணீர் விட்டு 5 நிமிடம் கொதிக்க வைக்கவும்.

❖ 5 நிமிடத்துக்குப் பிறகு மல்லித்தழை, கறிவேப்பிலை தூவி, சூடாகப் பரிமாறவும்.

95. ஷாஹி சப்ஜி

தேவையான பொருள்கள்:

வேக வைத்த பச்சைப் பட்டாணி - 3 கப்

துருவிய கோவா - 3/4 கப்

தக்காளி - 6 (விழுதாக அரைக்கவும்)

சர்க்கரை - 2 டீ ஸ்பூன்

மிளகாய் தூள் - 1 டீ ஸ்பூன்

தனியா தூள் - 2 டீ ஸ்பூன்

மஞ்சள் தூள் - 2 சிட்டிகை

கரம் மசாலா தூள் - 1 டீ ஸ்பூன்

பால் - 1 கப்

கார்ன்பிளவர் - 1 டீ ஸ்பூன்

உப்பு - ருசிக்கேற்ப

110

தாளிக்க:

எண்ணெய் - 1 டேபிள் ஸ்பூன்

நெய் - 1 டேபிள் ஸ்பூன்

சீரகம் - 1 1/2 டீ ஸ்பூன்

பெருங்காயத் தூள் - 1 சிட்டிகை

மேலே தூவ:

வறுத்த முந்திரி, பாதாம் துண்டுகள் - சிறிதளவு

வறுத்த கிஸ்மிஸ் - சிறிதளவு

மிகப் பொடியாக நறுக்கிய பச்சை கொத்தமல்லித்தழை - சிறிதளவு

செய்முறை:

- *ஒரு கனமான வாணலியில் எண்ணெய் + நெய் காய வைத்து சீரகம், பெருங்காயம் தாளித்து, தக்காளி விழுதைப் போட்டு வதக்கவும். கூடவே மஞ்சள் தூள் சேர்த்துக் கிளறவும்.*
- *சுமார் 10 நிமிடம்வரை தக்காளி விழுதை சிறு தீயில் வதக்கி, பின் வேக வைத்த பச்சைப் பட்டாணி, தேவையான உப்பு போட்டு, துருவிய கோவாவையும் போட்டுக் கிளறவும்.*
- *அடுத்து அதனுடன் மிளகாய் தூள், தனியா தூள், கரம் மசாலா தூள் எல்லாம் போட்டு கார்ன்பிளவர் மாவையும் பாலில் கரைத்து ஊற்றவும். அடுப்பை சிம்மில் வைத்து கொதிக்க விடவும்.*
- *எல்லாம் ஒரு சேரக் கலந்து கொதிவந்தவுடன் இறக்கி, மேலே வறுத்த கிஸ்மிஸ், முந்திரி, பாதாம், மல்லித்தழை தூவிக் கலந்து சூடாகப் பரிமாறவும். சுவையான ஷாஹி சப்ஜி ரெடி.*

96. பைங்கன் பர்த்தா

தேவையான பொருள்கள்:

பெரிய கத்திரிக்காய் - 2

வேக வைத்த பச்சைப் பட்டாணி - 1 கப்

நறுக்கிய வெங்காயம் - 1 கப்

நறுக்கிய தக்காளி - 2 கப்

நறுக்கிய பச்சை மிளகாய் - 2

இஞ்சி பூண்டு விழுது - 1 டீ ஸ்பூன்

கிச்சன் கிங் மசாலா பொடி - 2 டீ ஸ்பூன்

கரம் மசாலா பொடி - 1/4 டீ ஸ்பூன்

மஞ்சள் தூள் - 2 சிட்டிகை

உப்பு - ருசிக்கேற்ப

தாளிக்க:

எண்ணெய் - 3 டேபிள் ஸ்பூன்

சீரகம் - 1 1/2 டீ ஸ்பூன்

மேலே அலங்கரிக்க:

மிகமிகப் பொடியாக நறுக்கிய பச்சை கொத்தமல்லித்தழை - சிறிதளவு

கையால் கசக்கிய கசூரி மேத்தி (காய்ந்த வெந்தய கீரை) - சிறிதளவு

செய்முறை:

- சிறிதளவு எண்ணெயை கத்திரிக்காய் மீது தடவி நெருப்பில் சுடவும். சுட்ட கத்திரிக்காயை, தோல் எடுத்து, சுத்தம் செய்து மசித்து வைத்துக் கொள்ளவும்.
- அடுத்து ஒரு வாணலியில் எண்ணெய் காய வைத்து, சீரகம் தாளித்து, வெங்காயத்தைப் போட்டு சிறுதீயில் பொன்னிறமாக வதக்கவும். பின் தக்காளியைப் போட்டு வதக்கவும்.
- அடுத்ததாக, பச்சை மிளகாய், இஞ்சி பூண்டு விழுது போட்டு வதக்கி, உப்பு, கரம் மசாலா பொடி, கிச்சன் கிங் மசாலா பொடி போட்டு வதக்கவும். பிறகு, வேக வைத்த பட்டாணி, சுட்ட கத்திரிக்காயை போட்டுக் கலந்து, 5 நிமிடம் அடுப்பிலேயே வைத்திருந்து இறக்கவும்.
- மல்லித்தழை, கசூரி மேத்தி போட்டுக் கலந்து சூடாகப் பரிமாறவும்.

97. வெஜிடெபிள் கார குருமா

தேவையான பொருள்கள்:

வேகவைத்த கலவை காய்கறிகள் (கேரட், பீன்ஸ், பட்டாணி, உருளைக் கிழங்கு, காலிபிளவர்) - 2 கப்

நறுக்கிய பெரிய வெங்காயம் - 1 கப்

நறுக்கிய தக்காளி - 2 கப்

தண்ணீர் - 1 கப்

உப்பு - ருசிக்கேற்ப

நைசாக அரைக்க:

துருவிய தேங்காய் - 1/2 கப்

சோம்பு - 1/2 டீ ஸ்பூன்

இஞ்சி - 1 சிறிய துண்டு

பச்சை மிளகாய் - 2

பூண்டு - 4 பல்

முந்திரி - 1 டேபிள் ஸ்பூன்

பட்டை - 1

கிராம்பு - 2

ஏலக்காய் - 3

புதினா - 1 டேபிள் ஸ்பூன்

வறுத்த புழுங்கல் அரிசி - 1 டேபிள் ஸ்பூன்

மிளகாய் வற்றல் - 3

வறுத்த கசகசா - 2 டீ ஸ்பூன்

வறுத்த தனியா - 2 டீ ஸ்பூன்

மஞ்சள் தூள் - 2 சிட்டிகை

தாளிக்க:

எண்ணெய் - 4 டேபிள் ஸ்பூன்

சோம்பு - 1/2 டீ ஸ்பூன்

மேலே அலங்கரிக்க:

மிகமிகப் பொடியாக நறுக்கிய பச்சை கொத்தமல்லித்தழை, புதினா - சிறிதளவு

செய்முறை:

❖ ஒரு கடாயில் எண்ணெய் காய வைத்து, சோம்பு தாளித்து, வெங்காயம், தக்காளியை ஒன்றன் பின் ஒன்றாக தேவையான உப்பு போட்டு, சிறுதீயில் வதக்கவும்.

❖ இரண்டும் வதங்கியதும் அரைத்த கலவையைப் போட்டு சிறுதீயில் 10 நிமிடம்வரை நன்கு வதக்கவும்.

❖ கலவையின் பச்சை வாசனை போனதும் வேகவைத்த காய்கறிகளைப் போட்டு, 1 கப் தண்ணீர் விட்டு சிறு தீயில் 5 நிமிடம் கொதிக்க விடவும்.

❖ காய்கள் வெந்ததும் இறக்கி, மல்லித்தழை, புதினா தூவி சூடாகப் பரிமாறவும். சூப்பரான வெஜிடெபிள் கார குருமா தயார்.

113

98. க்ரீமி பார்சலோனா பொட்டேடோ

தேவையான பொருள்கள்:

சின்ன உருளைக்கிழங்கு - 1/2 கிலோ

நீளமாக நறுக்கிய பெரிய வெங்காயம் - 1 கப்

பொடியாக நறுக்கிய பூண்டு - 4 பல்

பால் (காய்ச்சி ஆற வைத்தது) - 2 கப்

மைதா மாவு - 2 டேபிள் ஸ்பூன்

வெண்ணெய் - 3 டேபிள் ஸ்பூன்

சற்று கரகரப்பாகப் பொடித்த மிளகாய் வற்றல் - 3/4 டீ ஸ்பூன்

ஓமம் (பொடித்தது) - 1/2 டீ ஸ்பூன்

உப்பு - ருசிக்கேற்ப

மேலே அலங்கரிக்க:

பொடியாக நறுக்கிய கொத்தமல்லித்தழை - சிறிதளவு

நறுக்கிய வெங்காய தாள் - சிறிதளவு

துருவிய சீஸ் - சிறிதளவு

செய்முறை:

- ❖ முதலில் உருளைக்கிழங்கை வேக வைத்து தோல் உரித்து வைக்கவும்.
- ❖ அடுத்து ஒரு நான்-ஸ்டிக் வாணலியில் வெண்ணெயைப் போட்டு, உருகியதும், பூண்டு, வெங்காயம் போட்டு வதக்கவும்.
- ❖ பூண்டு, வெங்காயம் 3/4 பாகம் வதங்கியதும், மைதாவைப் போட்டு சற்று வறுத்து, அடி பிடிக்காமல் பார்த்துக் கொள்ளவும். அடுப்பு நிதானமாக எரியட்டும். 4 நிமிடம் மைதாமாவை வறுத்து, தேவையான உப்பு, பால் சேர்த்து கட்டியில்லாமல் கலக்கவும். கொதிக்க விடவும்.
- ❖ ஒரு கொதி வந்து, சற்று கெட்டியானதும், பொடி செய்த ஓமம், கர கரப்பாகப் பொடித்த மிளகாய் வற்றல் பொடி இரண்டையும் தூவிக்கலக்கவும்.
- ❖ மல்லித்தழை, சீஸ் துருவல், நறுக்கிய வெங்காய தாள் மேலே தூவி சூடாகப் பரிமாறவும்.

99. பன்னீர் பசந்தா

தேவையான பொருள்கள்:

பன்னீர் துண்டுகள் - 2 கப்

பால் (காய்ச்சி ஆற வைத்தது) - 1 கப்

கார்ன்பிளவர் - 1 டீ ஸ்பூன்

உப்பு - ருசிக்கேற்ப

சிறிதளவு சூடான பாலில் ஊற வைத்த குங்குமப்பூ - சிறிதளவு

நைசாக அரைக்க: *(1/2 கப் பால் விட்டு நன்கு விழுதாக அரைக்கவும்)*

வெங்காய துண்டுகள் - 2 கப்

இஞ்சி பூண்டு விழுது - 1 டீ ஸ்பூன்

பச்சை மிளகாய் - 2

சர்க்கரை - 3 டேபிள் ஸ்பூன்

பட்டை - 1

கிராம்பு - 1

ஏலக்காய் பொடி - 2 டீ ஸ்பூன்

பாலில் ஊற வைத்த முந்திரி - 2 டேபிள் ஸ்பூன்

பால் - 1/2 கப் (காய்ச்சி ஆற வைத்தது)

தாளிக்க:

நெய் - 1 1/2 டேபிள் ஸ்பூன்

எண்ணெய் - 1 1/2 டேபிள் ஸ்பூன்

சீரகம் - 1 டீ ஸ்பூன்.

மேலே தூவ:

சிறிதளவு பொடியாக நறுக்கிய மல்லித்தழை

செய்முறை:

- *முதலில் ஒரு பாத்திரத்தில் வெந்நீர் விட்டு அதில் பன்னீர் துண்டுகளைப் போட்டு மூடி வைக்கவும். இப்படி செய்வதால் பன்னீர் பஞ்சு போல இருக்கும்.*
- *அடுத்து பெரிய வெங்காயத்தைத் துண்டுகளாக்கி 2 கப் தண்ணீரில் வேக வைத்து வடிகட்டி வைக்கவும்.*
- *பிறகு ஒரு வாணலியில் நெய் + எண்ணெய் காய வைத்து, சீரகம் தாளித்து பால் ஊற்றி அரைத்த விழுதை மிக மிகச் சிறு தீயில் நிறம் மாறாமல் 10 நிமிடம் வதக்கவும்.*
- *வதக்கிய பிறகு பன்னீர் துண்டுகளை அதில் சேர்க்கவும். கூடவே தேவையான அளவு உப்பு போட்டு, கார்ன்பிளவரை சிறிதளவு பாலில் கரைத்து ஊற்றி, சிம்மில் கொதிக்க விடவும்.*
- *முதல் கொதி வந்ததும் இறக்கி, மேலே குங்குமப்பூ, மல்லித்தழை தூவி சூடாகப் பரிமாறவும். டேஸ்டி பன்னீர் பசந்தா ரெடி.*

100. தாய்லாந்து க்ரீன் கறி

தேவையான பொருள்கள்:

சாம்பார் வெங்காயம் - 1 கப்

நறுக்கிய கேரட், பீன்ஸ், பேபிகார்ன் - 1 கப் (சற்று பெரிய துண்டுகளாக நறுக்கவும்)

நறுக்கிய சின்ன உருளைக்கிழங்கு துண்டுகள் - 1/2 கப்.

பூண்டு - 4 பல் (நசுக்கியது)

பொடியாக நறுக்கிய வெங்காய தாள் - 1/2 கப்

தேங்காய் பால் - முதல் பால் - 1 கப்

2, 3ஆவது பால் - 4 கப்

கார்ன்பிளவர் - 1 டீ ஸ்பூன்

எலுமிச்சை சாறு - 2 டேபிள் ஸ்பூன்

எண்ணெய் - 1 டேபிள் ஸ்பூன்

உப்பு - ருசிக்கேற்ப

க்ரீன் கறி பேஸ்ட்:

சாம்பார் வெங்காயம் - 3

பச்சை மிளகாய் - 5

பூண்டு - 5 பல்

இஞ்சி - 1 சிறு துண்டு

துருவிய எலுமிச்சை தோல் - 1/2 டீ ஸ்பூன்

கொத்தமல்லித்தழை - 1 சிறிய கட்டு

தனியா விதை - 2 டீ ஸ்பூன்

சீரகம் - 2 டீ ஸ்பூன்

உப்பு - சிட்டிகை அளவு

செய்முறை:

❖ *முதலில் 2ஆவது 3ஆவது தேங்காய் பாலில் நறுக்கிய இஞ்சி, நசுக்கிய பூண்டு, சாம்பார் வெங்காயம், கேரட், பீன்ஸ், பேபிகார்ன், உருளைக் கிழங்கு, வெங்காயத் தாள் இவற்றையெல்லாம் போட்டு அடுப்பில் நிதானமான தீயில் வேக வைக்கவும். தேவையான உப்பு போடவும். காய்கள் வெந்ததும் இறக்கி வைக்கவும்.*

❖ *அடுத்ததாக அடுப்பில் ஒரு கடாயில் 1 டேபிள் ஸ்பூன் எண்ணெய் விட்டுக் காய்ந்தவுடன் மையாக அரைத்து வைத்த க்ரீன் கறி பேஸ்டைப் போட்டு 1 நிமிடம் வதக்கி, வேக வைத்த காய்கள் கலவையைப் போட்டு கொதிக்கவிடவும்.*

❖ கலவை சற்று இறுக ஆரம்பித்தவுடன், முதல் தேங்காய் பாலில் 1 டீ ஸ்பூன் கார்ன்பிளவரை கலந்து ஊற்றவும். அடுப்பை சிம்மில் வைக்கவும்.

❖ எல்லாம் சேர்ந்து கொதித்து கொதி வந்தவுடன், அடுப்பிலிருந்து இறக்கி, எலுமிச்சை சாறு பிழிந்து, கலந்து சூடாகப் பரிமாறவும்.

❖ இது தாய்லாந்து அன்னாசி புலாவுக்கு ஏற்றது. சூடான சாதத்துடனும் பரிமாறலாம்.

101. வெஜிடெபிள் மக்கன் வாலா

தேவையான பொருள்கள்:

வேக வைத்த காய்கறிகள் (கேரட், பீன்ஸ், உருளைக் கிழங்கு, காலிபிளவர்) கலவை - 2 கப்

வேக வைத்த பச்சைப் பட்டாணி - 1 கப்

நீளமாக நறுக்கிய பெரிய வெங்காயம் - 1 கப்

நறுக்கிய பச்சை குடைமிளகாய் - 1 கப்

தக்காளி விழுது - 2 கப்

கீறிய பச்சை மிளகாய் - 2

இஞ்சி பூண்டு விழுது - 1/2 டீ ஸ்பூன்

உப்பு - ருசிக்கேற்ப

வெண்ணெய் - 3 டேபிள் ஸ்பூன்

மக்கன் வாலா சாஸ்:

பால் - 1 கப்

மைதா - 1 டேபிள் ஸ்பூன்

உப்பு - சிறிதளவு

தக்காளி சாஸ் - 1/4 கப்

வெண்ணெய் - 1 டீ ஸ்பூன்

மிளகாய் தூள் - 1 டீ ஸ்பூன்

சர்க்கரை - 1 டீ ஸ்பூன்

மேலே அலங்கரிக்க:

ஃபிரெஷ் க்ரீம் - சிறிதளவு

கையால் கசக்கிய கசூரி மேத்தி - சிறிதளவு

பொடியாக நறுக்கிய மல்லித்தழை - சிறிதளவு

செய்முறை:

❖ மக்கன் வாலா சாஸ் - பால் முதல் சர்க்கரைவரை கொடுக்கப்பட்ட பொருள்களை எல்லாம் ஒரு அகலமான கப்பில் போட்டு நன்கு கலந்து வைக்கவும்.

❖ அடுத்ததாக ஒரு கனமான வாணலியில் வெண்ணெயைப் போட்டு வெண்ணெய் சற்று உருகியதும், நறுக்கிய வெங்காயம் போட்டு வதக்கி, பின் இஞ்சி பூண்டு விழுது போட்டு வதக்கவும்.

❖ பச்சை வாசனை போனதும், குடைமிளகாய் போட்டு வதக்கி, பின் பச்சை மிளகாய், தேவையான உப்பு, தக்காளி விழுது எல்லாம் போட்டு வதக்கி, கடைசியாக வேக வைத்த காய்கறிகள், பச்சைப் பட்டாணியைப் போட்டு சிறு தீயில் 10 நிமிடம் கொதிக்க வைக்கவும்.

❖ முதல் கொதி வந்ததும், மக்கன் வாலா சாஸை ஊற்றி, சிறு தீயில் மேலும் ஒரு கொதி கொதிக்கவிட்டு இறக்கவும். க்ரீம், கசூரி மேத்தி, மல்லித்தழை தூவி, சூடாகப் பரிமாறவும்.

102. ரஸ்வாலா சப்ஜி

ரஸ்வாலா என்றால் சற்று தளர்த்தியாக இருப்பது.

தேவையான பொருள்கள்:

பொடியாக நறுக்கிய பீன்ஸ், கேரட் - 1 கப்

உரித்த பச்சைப் பட்டாணி - 1/4 கப்

உப்பு - ருசிக்கேற்ப

விழுதாக அரைக்க:

தக்காளிப் பழம் - 10

காஷ்மீரி மிளகாய் பொடி (இது நல்ல நிறமாக, காரம் குறைச்சலாக இருக்கும்) - 1 1/2 டீ ஸ்பூன்

இஞ்சி - 1 சிறு துண்டு

பூண்டு - 4 பல்

பட்டை - 1

ஏலக்காய் - 3

கிராம்பு - 2

தாளிக்க:

எண்ணெய் - 2 டேபிள் ஸ்பூன்

சீரகம் - 1 டீ ஸ்பூன்

118

மேலே அலங்கரிக்க:

பொடியாக நறுக்கிய மல்லித்தழை - சிறிதளவு

கசூரி மேத்தி - சிறிதளவு (கையால் கசக்கி போடவும்)

செய்முறை:

❖ *ஒரு பாத்திரத்தில் சிறிதளவு தண்ணீர்விட்டு, கேரட், பீன்ஸ், பச்சைப் பட்டாணியை நிறம் மாறாமல் வேக வைக்கவும்.*

❖ *அடுத்ததாக ஒரு வாணலியில் எண்ணெய் காய வைத்து, சீரகம் தாளித்து, அரைத்த விழுதை போட்டு 10 நிமிடம் சிறு தீயில் வதக்கவும்.*

❖ *பச்சை வாசனை போனதும் வேக வைத்த காய்களைக் கொட்டி, தேவையான அளவு உப்பு போட்டு 5 நிமிடம் கொதிக்க வைத்து இறக்கவும்.*

❖ *மல்லித்தழை, தூவி, கசூரி மேத்தி தூவி, சூடாகப் பரிமாறவும்.*

❖ *இந்த ஸப்ஜி சிறிதளவு நீர்க்க இருக்க வேண்டும்.*

103. கூக்னி

பெங்காலி சைட்-டிஷ்

தேவையான பொருள்கள்:

வெள்ளை கொண்டை கடலை, ராஜ்மா, கறுப்பு கொண்டை கடலை, பச்சைப் பட்டாணி, வெள்ளை பட்டாணி - எல்லாம் சேர்த்து 1 கப்

மஞ்சள் தூள் - 2 சிட்டிகை

மிளகாய் தூள் - 1 டீ ஸ்பூன்

உப்பு - ருசிக்கேற்ப

நைசாக அரைக்க:

இஞ்சி - 1 சிறு துண்டு

தக்காளி - 4

புளி - 1 சுளை

தாளிக்க:

எண்ணெய் - 2 டேபிள் ஸ்பூன்

சீரகம் - 1 1/2 டீ ஸ்பூன்

மேலே அலங்கரிக்க:

மிக மிகப் பொடியாக நறுக்கிய பச்சை கொத்தமல்லித்தழை - சிறிதளவு

சாட் மசாலா பொடி - சிறிதளவு

கரம் மசாலா பொடி - சிறிதளவு

செய்முறை:

❖ வெள்ளை கொண்டை கடலை, ராஜ்மா, கறுப்பு கொண்டை கடலை, பச்சைப் பட்டாணி, வெள்ளை பட்டாணி - இந்தக் கடலை, பட்டாணி வகைகளை இரவே ஊற வைக்கவும்.

❖ மறு நாள் காலையில் நன்கு கழுவி, தண்ணீர் மாற்றி, பிரஷர் குக்கரில் வேக வைத்து எடுத்துக் கொள்ளவும்.

❖ ஒரு கனமான வாணலியில் எண்ணெய் காய வைத்து, சீரகம் தாளித்து, அரைத்து வைத்துள்ள இஞ்சி, தக்காளி, புளி கலவையை ஊற்றி, கூடவே மஞ்சள் தூள், உப்பு, மிளகாய் தூளையும் போட்டு நன்கு வதக்கவும்.

❖ நன்றாக வதங்கி மிளகாய் தூள் நெடி போனதும், வேக வைத்த கடலை, பட்டாணி வகைகளைப் போட்டு, சிறு தீயில் 5 நிமிடம் கொதிக்க வைக்கவும்.

❖ பிறகு இறக்கி, மல்லித்தழை, சாட் மசாலா, கரம் மசாலா பொடி தூவி, சூடாகப் பரிமாறவும்.

104. பீர்க்கங்காய் ஸப்ஜி

தேவையான பொருள்கள்:

தோல் எடுத்து சன்ன வில்லைகளாக நறுக்கிய பீர்க்கங்காய் - 3 கப்

    (பீர்க்கங்காயை நறுக்கும் பொழுது வாயில் சிறிதளவு போட்டுப் பார்க்கவும். கசக்காமல் இருக்க வேண்டும்.)

நறுக்கிய தக்காளி - 2 கப்

நறுக்கிய இஞ்சி - 2 டீ ஸ்பூன் அளவு

நறுக்கிய பச்சை மிளகாய் - 1 டீ ஸ்பூன் அளவு

மஞ்சள் தூள் - 1 சிட்டிகை

மிளகாய் தூள் - 1/4 டீ ஸ்பூன்

உப்பு - ருசிக்கேற்ப

தண்ணீர் - 1/2 கப்

தாளிக்க:

எண்ணெய் - 1 டேபிள் ஸ்பூன்

சீரகம் - 1 டீ ஸ்பூன்

மேலே தூவ:

பொடியாக நறுக்கிய மல்லித்தழை - சிறிதளவு

120

செய்முறை:

- அடுப்பில் ஒரு வாணலியில் எண்ணெய் காய வைத்து, சீரகம் தாளிக்கவும். நறுக்கிய இஞ்சி, ப.மிளகாய், மஞ்சள் தூள் போட்டு வதக்கவும்.
- அடுத்து பீர்க்கங்காய் வில்லைகளைப் போட்டு வதக்கி, பின் தக்காளி சேர்க்கவும். சிறு தீயில் வதக்கவும். எல்லாம் நன்கு வதங்கியவுடன் உப்பு, மிளகாய் தூள் போட்டுக் கிளறி 1/2 கப் தண்ணீர் சேர்த்துக் கலக்கவும். எல்லாம் சேர்ந்து கொதித்து வந்தவுடன் 5 நிமிடம் கழித்து மல்லித்தழை தூவி இறக்கவும். சூடாகப் பரிமாறவும்.

105. ஸ்பைஸி கார்ன் பாலக்

தேவையான பொருள்கள்:

வேக வைத்து அரைத்த டில்லி பாலக் விழுது - 3 கப்

வேக வைத்த மக்காச் சோள மணிகள் - 1 கப்

தக்காளி விழுது - 1 கப்

சன்னா மசாலா பொடி - 2 டீ ஸ்பூன்

உப்பு - ருசிக்கேற்ப

நைசாக அரைக்க:

பெரிய வெங்காய துண்டுகள் - 1 கப்

பச்சை மிளகாய் - 2

இஞ்சி - 1 சிறு துண்டு

பூண்டு - 4 பல்

பாதாம் - 3

முந்திரி - 6

பால் (காய்ச்சி ஆற வைத்தது) - 1/2 கப்

கார்ன் பிளவர் - 1 டீ ஸ்பூன்

தாளிக்க:

எண்ணெய் - 2 டேபிள் ஸ்பூன்

நெய் - 1 டேபிள் ஸ்பூன்

சீரகம் - 1 1/2 டீ ஸ்பூன்

மேலே அலங்கரிக்க:

துருவிய சீஸ் - சிறிதளவு.

செய்முறை:

❖ அடுப்பில் ஒரு கனமான வாணலி வைத்து எண்ணெய் + நெய் ஊற்றிக் காய வைத்து, சீரகம் தாளிக்கவும். பின், அரைத்த கலவையை ஊற்றி சிறு தீயில் 5 நிமிடம் வதக்கவும்.

❖ அரைத்த கலவை பச்சை வாசனை போக வதங்கியதும் தக்காளி விழுதைச் சேர்த்து கொதிக்க வைக்கவும்.

❖ 5 நிமிடம் கழித்து, சன்னா மசாலா, வேக வைத்த சோளம், வேக வைத்து அரைத்து வைத்துள்ள பாலக் கீரை விழுது மற்றும் தேவையான அளவு உப்பு சேர்த்து 5 நிமிடம் கொதித்தவுடன் சீஸ் தூவி சூடாகப் பரிமாறவும்.

106. பிண்டி லாஜவாப்

தேவையான பொருள்கள்:

நறுக்கிய வெண்டை காய் - 3 கப் (சற்று கனமான துண்டுகளாக நறுக்கவும்)

உப்பு - ருசிக்கேற்ப

பால் (காய்ச்சி ஆற வைத்தது) - 3 டேபிள் ஸ்பூன்

சர்க்கரை - 2 சிட்டிகை

எண்ணெய் - 100 கிராம் (வெண்டைக்காய் பொரிக்க)

நைசாக அரைக்க:

பெரிய வெங்காய துண்டுகள் - 1 கப்

பூண்டு - 3 பல்

இஞ்சி - 1 சிறு துண்டு

தக்காளி துண்டுகள் - 1 கப்

தனியா தூள் - 1 டீ ஸ்பூன்

மிளகாய் தூள் - 3/4 டீ ஸ்பூன்

மஞ்சள் தூள் - 1 சிட்டிகை

தாளிக்க:

எண்ணெய் - 3 டேபிள் ஸ்பூன்

சீரகம் - 1 டீ ஸ்பூன்

மேலே அலங்கரிக்க:

க்ரீம் - சிறிதளவு

கசூரி மேத்தி இலைகள் - சிறிதளவு

நறுக்கிய மல்லித்தழை - சிறிதளவு.

செய்முறை:

❖ அடுப்பில் ஒரு வாணலி வைத்து தேவையான எண்ணெய் விட்டுக், காய்ந்தவுடன் வெண்டைக்காயைப் போட்டு பொன்நிறமாக பொரித்து எடுத்து வைக்கவும்.

❖ அடுத்ததாக மீண்டும் கடாயில் சிறிதளவு எண்ணெய் விட்டு, சீரகம் தாளித்து, அரைத்து வைத்துள்ள கலவையைப் போட்டு பச்சை வாசனை போகும்வரை வதக்கி, பின் பால், உப்பு, சர்க்கரை போட்டு பொரித்த வெண்டைக்காய் துண்டுகளைப் போட்டுக் கலக்கவும்.

❖ க்ரீம், கசூரி மேத்தி இலை, மல்லித்தழை போட்டு சூடாகப் பரிமாறவும்.

107. மலாய் கோப்தா கறி

கோப்தா தயாரிக்க தேவையான பொருள்கள்

(வேக வைத்து, தோல் எடுத்து துருவிய) உருளைக் கிழங்கு - 1 கப்

துருவிய பன்னீர் - 1/2 கப்

மிகமிகப் பொடியாக நறுக்கிய பீன்ஸ் - 1 டேபிள் ஸ்பூன்

துருவிய கேரட் - 2 டேபிள் ஸ்பூன்

பொடியாக நறுக்கிய பச்சை மிளகாய் - 1/2 டீ ஸ்பூன்

பொடியாக நறுக்கிய பச்சை கொத்தமல்லித்தழை - 2 டீ ஸ்பூன்

பால் (காய்ச்சி ஆற வைத்தது) - 3 டேபிள் ஸ்பூன்

உப்பு - ருசிக்கேற்ப

கார்ன்பிளவர் மாவு - 2 டேபிள் ஸ்பூன்

கிஸ்மிஸ், முந்திரி துண்டுகள் - சிறிதளவு

க்ரேவி தயாரிக்க தேவையான பொருள்கள்

தக்காளி விழுது - 2 கப்

இஞ்சி பூண்டு பேஸ்ட் - 1 டீ ஸ்பூன்

உப்பு - ருசிக்கேற்ப

நைசாக அரைக்க:

நறுக்கிய வெங்காயம் - 1 1/2 கப்

மிளகாய் வற்றல் - 4

தனியா - 1 டேபிள் ஸ்பூன்

சீரகம் - 1 டீ ஸ்பூன்

வறுத்த கசகசா - 1 டீ ஸ்பூன்

123

சோம்பு - 1/4 டீ ஸ்பூன்

முந்திரி துண்டுகள் - 1 டேபிள் ஸ்பூன்

தாளிக்க:

எண்ணெய் - 2 டேபிள் ஸ்பூன்

சீரகம் - 1 டீ ஸ்பூன்

கோப்தா பொரிக்க:

எண்ணெய் - தேவையான அளவு

மேலே அலங்கரிக்க:

துருவிய சீஸ் - சிறிதளவு

நறுக்கிய மல்லித்தழை - சிறிதளவு

ஃப்ரெஷ் கிரீம் - சிறிதளவு

செய்முறை: (கோப்தா தயாரிக்க)

❖ ஒரு அகலமான தட்டில் துருவிய உருளைக்கிழங்கு, துருவிய பன்னீர், பச்சை மிளகாய், மல்லித்தழை, துருவிய கேரட், பீன்ஸ், கார்ன்பிளவர் மாவு, உப்பு எல்லாம் சேர்த்துக் கலந்து, சிறு சிறு உருண்டைகளாக்கி, உருண்டையின் நடுவில் ஒரு முந்திரி, ஒரு திராட்சை வைத்து மூடவும். ரொம்ப அமுக்கி உருட்ட வேண்டாம்.

❖ அடுத்து அடுப்பில் ஒரு வாணலியில் எண்ணெய் காய வைத்து, உருட்டி வைத்த கோப்தா உருண்டைகளைப் பொன்நிறமாக பொரித்து எடுக்கவும்.

செய்முறை: (க்ரேவி தயாரிக்க)

❖ மீண்டும் ஒரு வாணலியில் எண்ணெய்விட்டுக் காய்ந்தவுடன் சீரகம் தாளித்து, நைசாக அரைத்து வைத்துள்ள வெங்காயக் கலவையை சிறு தீயில் 5 நிமிடம் வதக்கவும்.

❖ பின் இஞ்சி பூண்டு பேஸ்ட், உப்பு, தக்காளி விழுதைச் சேர்த்து கொதிக்க வைத்து இறக்கவும்.

கோப்தா பரிமாறும் முறை:

❖ கடைசியாக ஒரு அகலமான தட்டில் சூடான கோப்தாவை வைத்து, அதன் மேலே க்ரேவியை விட்டு, அதன் மேல் நறுக்கிய மல்லித்தழை, க்ரீம், துருவிய சீஸ் தூவி, சூடாகப் பரிமாறவும்.

❖ அட்டகாசமான மலாய் கோப்தா கறி ரெடி.

108. பகாரே டமாட்டர்

தேவையான பொருள்கள்:

பொடியாக நறுக்கிய பெரிய வெங்காயம் - 1/2 கப்

நறுக்கிய தக்காளி துண்டுகள் - 1 1/2 கப்

தக்காளி விழுது - 1/2 கப்

மிளகாய் பொடி - 1/2 டீ ஸ்பூன்

மஞ்சள் தூள் - 1 சிட்டிகை

சர்க்கரை - 1 டீ ஸ்பூன்

உப்பு - ருசிக்கேற்ப

வெறும் வாணலியில் வறுத்துப் பொடிக்க:

தனியாவிதை - 1 டீ ஸ்பூன்

வெள்ளை எள் - 1 டேபிள் ஸ்பூன்

கொப்பரை துருவல் - 2 டேபிள் ஸ்பூன்

வேர்க்கடலை - 1 டேபிள் ஸ்பூன்.

தாளிக்க:

எண்ணெய் - 2 டேபிள் ஸ்பூன்

கடுகு - 1/2 டீ ஸ்பூன்

சீரகம் - 1 டீ ஸ்பூன்.

மேலே அலங்கரிக்க:

மிகமிகப் பொடியாக நறுக்கிய மல்லித்தழை, கறிவேப்பிலை - சிறிதளவு.

செய்முறை:

- *ஒரு வாணலியில் எண்ணெய் காய வைத்து, கடுகு, சீரகம் தாளித்து, வெங்காயத்தைப் போட்டு வதக்கவும்.*
- *வெங்காயம் வதங்கியதும் மஞ்சள் தூள், உப்பு போடவும். சர்க்கரையைச் சேர்த்துக் கிளறவும்.*
- *பின் தக்காளி துண்டுகள், தக்காளி விழுதைப் போட்டு, 5 நிமிடம் சிறு தீயில் வதக்கவும்.*
- *பின் வறுத்துப் பொடித்த பொடியைப் போட்டுக் கிளறி 5 நிமிடம் சிறு தீயில் வதக்கி, இறக்கவும்.*
- *மல்லித்தழை, கறிவேப்பிலை தூவி, சூடாகப் பரிமாறவும்.*

109. பாட்டியாலா சப்ஜி

தேவையான பொருள்கள்:

நறுக்கிய கேரட், பீன்ஸ், உருளைக்கிழங்கு, பீட்ரூட் துண்டுகள் - 3 கப்

உரித்த பச்சைப் பட்டாணி - 1 கப்

நறுக்கிய பெரிய வெங்காயம் - 1 கப்

நறுக்கிய தக்காளி - 2 கப்

மஞ்சள் தூள் - 1 சிட்டிகை

மிளகாய் தூள் - 1 டீ ஸ்பூன்

தனியா - சீரகப் பொடி -தலா 1 டேபிள் ஸ்பூன் (தனியா சீரகத்தை வறுத்து பொடிக்கவும்)

கரம் மசாலா பொடி - 2 டீ ஸ்பூன்

கோதுமை மாவு - 2 டீ ஸ்பூன் (1/4 கப் தண்ணீரில் கலந்து வைக்கவும்)

உப்பு - ருசிக்கேற்ப

4 கப் தண்ணீர்

தாளிக்க:

எண்ணெய் - 3 டேபிள் ஸ்பூன்

சீரகம் - 11/2 டீ ஸ்பூன்

மேலே அலங்கரிக்க:

சிறிதளவு பொடியாக நறுக்கிய மல்லித்தழை.

செய்முறை:

- *ஒரு வாணலியில் 4 கப் தண்ணீர் விட்டு, கொதிவந்தவுடன் நறுக்கிய காய்கறிகள், பச்சைப் பட்டாணியை போட்டு சிறு தீயில் வேக வைக்கவும்.*
- *பின் ஒரு கடாயில் எண்ணெய் விட்டுக் காய்ந்தவுடன், சீரகம் தாளித்து, வெங்காயத்தைப் போட்டு வதக்கவும்.*
- *வெங்காயம் நன்கு வதங்கியதும் தக்காளியைப் போட்டு வதக்கி, மிளகாய் தூள், தனியா சீரகப் பொடி, கரம் மசாலா பொடியைப் போட்டு, தேவையான உப்பு போட்டுக் கிளறி வதக்கவும்.*
- *மிளகாய் தூள் நெடி போனதும், வேகவைத்த காய் கலவையைப் போட்டு வதக்கி கோதுமை மாவு கரைசலை ஊற்றிக் கொதிக்கவிடாவும்.*
- *ஒரு கொதிவிட்டு, இறக்கி, மல்லித்தழை தூவி, சூடாகப் பரிமாறவும்.*
- *ஜோரான பாட்டியாலா சப்ஜி தயார்.*

110. காராசேவு சப்ஜி

தேவையான பொருள்கள்:

சன்ன காரா சேவு - 1 கப்

புளிக்காத, கெட்டியான கடைந்த தயிர் - 2 கப்

சர்க்கரை - 2 டீ ஸ்பூன்

மஞ்சள் தூள் - 1 சிட்டிகை

மிளகாய் தூள் - 1/2 டீ ஸ்பூன்

கீறிய பச்சை மிளகாய் - 1

உப்பு - ருசிக்கேற்ப

கடலை மாவு - 2 டீ ஸ்பூன்

பெருங்காயத் தூள் - 1 சிட்டிகை

கரம் மசாலா பொடி - 1/4 டீ ஸ்பூன்

தண்ணீர் - 1/2 கப்

தாளிக்க:

எண்ணெய் - 1 டேபிள் ஸ்பூன்

சீரகம் - 1 டீ ஸ்பூன்

மேலே அலங்கரிக்க:

நறுக்கிய பச்சை கொத்தமல்லித்தழை - சிறிதளவு

செய்முறை:

❖ *ஒரு கடாயில் எண்ணெய் காய வைத்து, சீரகம் தாளிக்கவும்.*

❖ *அடுத்து கீறிய பச்சை மிளகாயைப் போட்டு பெருங்காயத் தூள், மஞ்சள் தூள், கரம் மசாலா பொடி, மிளகாய் தூள் போட்டு, கூடவே தேவையான உப்பு, சர்க்கரையைப் போட்டுக் கிளறவும்*

❖ *பிறகு, கடைந்த தயிரில் 1/2 கப் தண்ணீர் ஊற்றிக் கலந்து, அதில் கடலைமாவை போட்டுக் கட்டி இல்லாமல் கலந்து, வாணலியில் ஊற்றவும்.*

❖ *கலவை கொதிக்க ஆரம்பித்தவுடன் அடுப்பிலிருந்து இறக்கி காராசேவு போட்டு, மல்லித்தழை தூவி சூடாகப் பரிமாறவும்.*

❖ *சூப்பரான காராசேவு சப்ஜி ரெடி.*

❖ *காராசேவை பரிமாறும் முன்பாக சேர்த்தால் போதும். முன்பே சேர்த்துவிட்டால் நமநமத்துப் போய்விடும்.*

தயிர் பச்சடி வகைகள்

111. வெங்காய பச்சடி

தேவையான பொருள்கள்:

நறுக்கிய வெங்காயம் - 2 கப்

நறுக்கிய இஞ்சி - 1 டீ ஸ்பூன்

நறுக்கிய பச்சை மிளகாய் - 1 டீ ஸ்பூன்

உப்பு - ருசிக்கேற்ப

மல்லித்தழை - சிறிதளவு

கடைந்த கெட்டியான புளிப்பில்லாத தயிர் - 3 கப்.

செய்முறை:

❖ மேற்குறிப்பிட்ட எல்லாவற்றையும் நன்கு கலந்து பரிமாறவும்.

112. பாலக் தயிர் பச்சடி

தேவையான பொருள்கள்:

சுத்தம் செய்து பொடியாக நறுக்கிய பாலக் கீரை - 2 கப்

நறுக்கிய பெரிய வெங்காயம் - 1

நறுக்கிய தக்காளி - 1

கீறிய பச்சை மிளகாய் - 1

நறுக்கிய பூண்டு - 1 டீ ஸ்பூன்

மிளகாய் தூள்- 1/2 டீ ஸ்பூன்

மஞ்சள் தூள் - 1 சிட்டிகை

உப்பு - ருசிக்கேற்ப

புளிக்காத, கடைந்த, கெட்டியான தயிர் - 4 கப்

தாளிக்க:

எண்ணெய் - 3 டீ ஸ்பூன்

கடுகு - 1/4 டீ ஸ்பூன்

சீரகம் - 1/4 டீ ஸ்பூன்

மேலே தூவ:

சிறிதளவு பொடியாக நறுக்கிய மல்லித்தழை

செய்முறை:

❖ ஒரு வாணலியில் எண்ணெய் காய வைத்து, கடுகு, சீரகம் தாளிக்கவும். வெங்காயம், பூண்டு போட்டு வதக்கி, அடுத்ததாக தக்காளி, பச்சை மிளகாய், மஞ்சள் தூள், கீரை போட்டு வதக்கி மிளகாய் தூள், தேவையான அளவு உப்பு போட்டு வதக்கி நன்கு வதங்கியவுடன் ஆற வைக்கவும்.

❖ பின் தயிர் விட்டுக் கலந்து மல்லித்தழை தூவிப் பரிமாறவும்.

113. வெள்ளரிக்காய் தயிர் பச்சடி

தேவையான பொருள்கள்:

தோல் எடுத்து துருவிய வெள்ளரிக்காய் - 2 கப்

உப்பு - ருசிக்கேற்ப

புளிக்காத கடைந்த கெட்டியான தயிர் - 3 கப்

தாளிக்க:

எண்ணெய் - 2 டீ ஸ்பூன்

கடுகு - 1/4 டீ ஸ்பூன்

பொடியாக நறுக்கிய பச்சை மிளகாய் - 1

மேலே தூவ:

மிகமிகப் பொடியாக நறுக்கிய பச்சை கொத்தமல்லித்தழை - சிறிதளவு

செய்முறை:

❖ ஒரு பாத்திரத்தில் வெள்ளரிக்காய் துருவல், உப்பு, தயிர் போட்டுக் கலந்து, கடுகு, ப.மிளகாய் தாளித்துக் கொட்டவும். மல்லித்தழை போட்டுக் கலந்து, குளிர்சாதன பெட்டியில் வைத்துப் பரிமாறவும்.

114. பூராணி

தேவையான பொருள்கள்:

புளிக்காத கடைந்த கெட்டியான தயிர் - 5 கப்

துருவிய வெள்ளரிக்காய் - 1/2 கப்

பொடியாக நறுக்கிய பெரிய வெங்காயம் - 1

பொடியாக நறுக்கிய தக்காளி - 3

பொடியாக நறுக்கிய கொத்தமல்லித் தழை - 1/2 கட்டு

பொடியாக நறுக்கிய பச்சை மிளகாய் - 2

துருவிய இஞ்சி - 1 சின்ன துண்டு

பூண்டு (துருவியது) - 2 பல்

உப்பு - ருசிக்கேற்ப

மிளகுப் பொடி - ருசிக்கேற்ப

செய்முறை:

❖ மேற்கூறிய எல்லாவற்றையும் கலந்து குளிர வைத்துப் பரிமாறவும்.

115. குடைமிளகாய் பச்சடி

தேவையான பொருள்கள்:

சிறு துண்டுகளாக நறுக்கிய பச்சை குடைமிளகாய் - 2 கப்

கீறிய பச்சை மிளகாய் - 1

புளிக்காத கடைந்த தயிர் - 4 கப்

உப்பு - ருசிக்கேற்ப

தாளிக்க:

எண்ணெய் - 2 டீ ஸ்பூன்

கடுகு - 1/4 டீ ஸ்பூன்

சீரகம் - 1/2 டீ ஸ்பூன்

மிளகாய் தூள் - 1 சிட்டிகை

மேலே அலங்கரிக்க:

பொடியாக நறுக்கிய பச்சை கொத்தமல்லித்தழை - சிறிதளவு

செய்முறை:

❖ ஒரு வாணலியில் எண்ணெய் காய வைத்து, கடுகு, சீரகம், பெருங்காயம் தாளித்து, குடைமிளகாய், கீறிய பச்சை மிளகாயைப் போட்டு வதக்கி சிறு தீயில் 5 நிமிடம் வதக்கி ஆற வைத்து, பின் தயிர் விட்டுக் கலந்து, மல்லித்தழை தூவி பரிமாறவும்.

116. தக்காளி தயிர் பச்சடி

தேவையான பொருள்கள்:

தக்காளி - 3

கீறிய பச்சை மிளகாய் - 2

கடைந்த புளிக்காத கெட்டியான தயிர் - 4 கப்

உப்பு - ருசிக்கேற்ப

சர்க்கரை - 1/2 டீ ஸ்பூன்

தாளிக்க:

எண்ணெய் - 1 டீ ஸ்பூன்

நெய் - 1/2 டீ ஸ்பூன்

கடுகு - 1/4 டீ ஸ்பூன்

சீரகம் - 1/4 டீ ஸ்பூன்

மேலே தூவ:

சிறிதளவு பொடியாக நறுக்கிய மல்லித்தழை.

செய்முறை:

❖ தக்காளியை 2 கப் தண்ணீரில் தோல் வெடிக்கும் வரை வேக வைத்து, பின் ஆற வைத்து, தோலை எடுத்து பிசைத்து, உப்பு, சர்க்கரை போட்டு கலந்து கொள்ளவும்.

❖ எண்ணெயில் கடுகு, சீரகம், பச்சை மிளகாய் தாளித்து போட்டுக் கலக்கவும். அத்துடன் தயிர், மல்லித்தழை போட்டுக் கலந்து பரிமாறவும். குளிர் சாதனபெட்டியில் வைத்தும் பரிமாறலாம்.

117. பழ பச்சடி

தேவையான பொருள்கள்:

பொடியாக நறுக்கிய ஆப்பிள் - 1/4 கப்

வாழைப்பழம் - 1/4 கப்

அன்னாசி பழம் - 1/4 கப்

மாதுளம்பழ முத்துக்கள் - 1/4 கப்

உப்பு - ருசிக்கேற்ப

சர்க்கரை பொடி - 1/4 கப்

கடைந்த கெட்டியான புளிக்காத தயிர் - 5 கப்.

தாளிக்க:

நெய் - 1 டீ ஸ்பூன்

சீரகம் - 1/2 டீ ஸ்பூன்

கீறிய பச்சை மிளகாய் - 1

மேலே தூவ:

பொடியாக நறுக்கிய கொத்தமல்லித்தழை - சிறிதளவு

சாட் மசாலா பொடி - 1/2 டீ ஸ்பூன்

ஏலக்காய் பொடி - 3 சிட்டிகை.

செய்முறை:

❖ ஒரு அகலமான, ஆழமான பாத்திரத்தில் ஆப்பிள், வாழை, அன்னாசி, மாதுளைப் பழ முத்துக்கள் அனைத்தையும் போட்டு, கூடவே உப்பு, சர்க்கரை, தயிர் போட்டுக் கலந்து, சீரகம், ப. மிளகாய் தாளித்து, மல்லித்தழை, சாட் மசாலா, ஏலக்காய் பொடி தூவிக் கலக்கவும்.

❖ குளிர் சாதனப் பெட்டியில் வைத்துப் பரிமாறவும்.

118. வெங்காய தாள் தயிர் பச்சடி

தேவையான பொருள்கள்:

துருவிய கேரட் - 1 கப்

நறுக்கிய வெங்காய தாள் - 1 கப்

நறுக்கிய தக்காளி - 1/2 கப்

சாட் மசாலா பொடி - 1 டீ ஸ்பூன்

மிளகாய் தூள்- 1/4 டீ ஸ்பூன்

நறுக்கிய பச்சை கொத்தமல்லித்தழை - சிறிதளவு

புளிக்காத, கடைந்த கெட்டியான தயிர் - 3 கப்

உப்பு - ருசிக்கேற்ப

செய்முறை:

❖ மேலே சொன்ன எல்லாப் பொருட்களையும் ஒரு பாத்திரத்தில் போட்டு நன்கு கலந்து பரிமாறவும்.

119. பூந்தி தயிர் பச்சடி

தேவையான பொருள்கள்:

காரா பூந்தி - 1 கப்

கடைந்த புளிப்பில்லாத கெட்டியான தயிர் - 3 கப்

உப்பு - ருசிக்கேற்ப

1/4 டீ ஸ்பூன் சர்க்கரை

தாளிக்க:

எண்ணெய் - 1 டீ ஸ்பூன்

சீரகம் - 1/4 டீ ஸ்பூன்

மேலே தூவ:

சிறிதளவு பொடியாக நறுக்கிய மல்லித்தழை

செய்முறை:

❖ *உப்பு, சர்க்கரை, தயிர் கலந்து, தாளித்து, பரிமாறும் முன்பு பூந்தி, மல்லி போட்டுக் கலந்து உடனே பரிமாறவும். நேரம் கழித்துப் பரிமாறினால் பச்சடியில் பூந்தி மிகவும் ஊறிப்போய் நன்றாக இருக்காது.*

120. இஞ்சி தயிர் பச்சடி

தேவையான பொருள்கள்:

கெட்டியான கடைந்த புளிப்பில்லாத தயிர் - 5 கப்

இஞ்சி துருவல் - 3 டேபிள் ஸ்பூன்

உப்பு - ருசிக்கேற்ப

எலுமிச்சைச் சாறு - 2 டீ ஸ்பூன்

நைசாக அரைக்க:

தேங்காய் - 2 டேபிள் ஸ்பூன்

பச்சை மிளகாய் - 1

பூண்டு - 1 பல்

தாளிக்க:

எண்ணெய் - 1 டீ ஸ்பூன்

சீரகம் - 1/2 டீ ஸ்பூன்

செய்முறை:

❖ *ஒரு பாத்திரத்தில் அரைத்த தேங்காய் கலவை, தயிர், உப்பு, எலுமிச்சை சாறு, இஞ்சி துருவல், போட்டுக் கலந்து, தாளித்து, குளிர்சாதன பெட்டியில் வைத்துப் பரிமாறவும்.*

தால் வகைகள்

121. பஞ்சாபி தால்

தேவையான பொருள்கள்:

வேக வைத்த மைசூர் பருப்பு - 1 கப்

கீறிய பச்சை மிளகாய் - 1

உப்பு - ருசிக்கேற்ப

பால்(காய்ச்சி ஆற வைத்தது) - 1/4 கப்.

நைசாக அரைக்க:

இஞ்சி - 1 சிறு துண்டு

பூண்டு - 2 பல்

பெரிய வெங்காயம் - 1

தக்காளி - 2

பட்டை - 1

ஏலக்காய் - 2

கிராம்பு - 2

மிளகாய் வற்றல் - 1

தாளிக்க:

நெய் - 1 டீ ஸ்பூன்,

எண்ணெய் - 2 டீ ஸ்பூன்

சீரகம் - 1 டீ ஸ்பூன்

மேலே அலங்கரிக்க:

பொடியாக நறுக்கிய மல்லித்தழை - சிறிதளவு.

செய்முறை:

❖ அடுப்பில் ஒரு வாணலியில் எண்ணெய் காய வைத்து, சீரகம் தாளித்து, பச்சை மிளகாயை வதக்கி, அரைத்த கலவையைச் சேர்த்து சிறு தீயில் நன்கு வதக்கவும்.

❖ பின் உப்பு போட்டு, வேக வைத்த மைசூர் பருப்பைக் கொட்டி, பால் விட்டு, ஒரு கொதி வந்தவுடன், மல்லித்தழை தூவி, சூடாகப் பரிமாறவும்.

122. தால் தட்கா

தேவையான பொருள்கள்:

வேக வைத்த துவரம் பருப்பு - 1 கப்

மஞ்சள் தூள் - 1 சிட்டிகை

உப்பு - ருசிக்கேற்ப

நறுக்கிய தக்காளி - 1

நறுக்கிய பெரிய வெங்காயம் - 1

தண்ணீர் - 1/2 கப்

தாளிக்க:

எண்ணெய் - 2 டீ ஸ்பூன்

கிள்ளிய மிளகாய் வற்றல் - 2

சீரகம் - 1 டீ ஸ்பூன்

சற்று நசுக்கிய பூண்டு - 2 பல்

மிளகாய் தூள் - 1/4 டீ ஸ்பூன்.

மேலே அலங்கரிக்க:

மிகப் பொடியாக நறுக்கிய பச்சை கொத்தமல்லித்தழை - சிறிதளவு.

செய்முறை:

❖ ஒரு கனமான பாத்திரத்தில் வேக வைத்த பருப்பு, உப்பு, மஞ்சள் தூள் போட்டு கொதிக்க வைக்கவும்.

❖ ஒரு கனமான வாணலியில் எண்ணெய் காய வைத்து, சீரகம், மிளகாய் வற்றல் தாளித்து, வெங்காயம், பூண்டு வதக்கி, பின் தக்காளியை வதக்கி, பின் மிளகாய் தூளைப் போட்டு வதக்கவும்.

❖ பருப்பின் மீது போட்டுக் கலந்து, மல்லித்தழை தூவி, சூடாகப் பரிமாறவும்.

123. ராஜஸ்தான் பான்ச் மெல் தால்

தேவையான பொருள்கள்:

துவரம் பருப்பு - 3 டேபிள் ஸ்பூன்

கடலைப் பருப்பு - 3 டேபிள் ஸ்பூன்

பாசிப் பயறு - 3 டேபிள் ஸ்பூன்

உடைத்த உளுத்தம் பருப்பு - 3 டேபிள் ஸ்பூன்

மைசூர் பருப்பு - 3 டேபிள் ஸ்பூன்

மஞ்சள் தூள் - 2 சிட்டிகை

பொடியாக நறுக்கிய தக்காளி துண்டுகள் - 1 கப்

உப்பு - ருசிக்கேற்ப

தனியா தூள் - 1 டீ ஸ்பூன்

சீரகப் பொடி - 1/2 தேக்கண்டி

சற்று கரகரப்பாக அரைக்க:

பச்சை மிளகாய் - 2

இஞ்சி - 1 சிறு துண்டு

தாளிக்க:

எண்ணெய் - 2 டீ ஸ்பூன்

நெய் - 2 டீ ஸ்பூன்

சீரகம் - 1 டீ ஸ்பூன்

பெருங்காயத் தூள் - 2 சிட்டிகை

கிள்ளிய மிளகாய் வற்றல் - 1

கிராம்பு - 2

மிளகாய் தூள் - 1/4 டீ ஸ்பூன்

மேலே அலங்கரிக்க:

கரம் மசாலா பொடி - 1/4 டீ ஸ்பூன்

பொடியாக நறுக்கிய பச்சை கொத்தமல்லித் தழை - சிறிதளவு

வெண்ணெய் - 1 டேபிள் ஸ்பூன்

செய்முறை:

❖ மேலே சொன்ன அனைத்துப் பருப்புகளையும் ஒன்றாகப் போட்டு, கழுவி, 3 மணி நேரம் ஊற வைக்கவும். பின் பருப்பை மஞ்சள் தூள், 4 கப் தண்ணீர் விட்டு பிரஷர்குக்கரில் வேக வைக்கவும். 3 விசில், 20 நிமிடம் சிம்மில் வேகவைக்கவும்.

❖ ஒரு வாணலியில் நெய், எண்ணெய் காய வைத்து, சீரகம், மிளகாய் வற்றல், கிராம்பு, மிளகாய் தூள் சேர்த்து, நறுக்கிய தக்காளியைப் போட்டு வதக்கவும். பின் கரகரப்பாக அரைத்த ப.மிளகாய், இஞ்சி விழுதை போட்டுக்கலந்து, உப்பு, தனியாதூள், சீரகப் பொடியை போட்டுக்கிளறி, வேக வைத்த பருப்பைப் போட்டு, 2 கொதி விட்டு, இறக்கவும்.

❖ கரம் மசாலா பொடி, மல்லித்தழை, வெண்ணெய் போட்டு, சூடாகப் பரிமாறவும்.

136

124. தால் மாக்னி

தேவையான பொருள்கள்:

தோலுடன் உள்ள முழு உளுத்தம் பருப்பு - 1 கப்

சிகப்பு ராஜ்மா - 4 டேபிள் ஸ்பூன்

உப்பு - ருசிக்கேற்ப

தக்காளி விழுது - 1 கப்

இஞ்சி பூண்டு விழுது - 1 டீ ஸ்பூன்

மிளகாய் வற்றல் (கிள்ளியது) - 2

பொடியாக நறுக்கிய பெரிய வெங்காயம் - 1

மிளகாய் தூள் - 1/2 டீ ஸ்பூன்

கரம் மசாலா பொடி - 1 டீ ஸ்பூன்

தண்ணீர் - 6 கப்

தாளிக்க:

எண்ணெய் - 4 டீ ஸ்பூன்

சீரகம் - 1 டீ ஸ்பூன்

மேலே அலங்கரிக்க:

தோல் எடுத்து, சன்னமாக, நீளமாக நறுக்கிய இஞ்சி துண்டுகள் - 1 டேபிள் ஸ்பூன்

கையால் நசுக்கிய கசூரி மேத்தி இலைகள் - சிறிதளவு

க்ரீம் - சிறிதளவு

வெண்ணெய் - சிறிதளவு

நறுக்கிய மல்லித்தழை - சிறிதளவு.

செய்முறை:

❖ *முதல் நாள் இரவே ராஜ்மா, முழு உளுந்தை ஊற வைக்கவும். மறுநாள் நன்கு கழுவி, ஒரு பிரஷர் குக்கரில் 6 கப் தண்ணீர் விட்டு, உளுந்து, ராஜ்மா, கிள்ளிய மிளகாய் வற்றல், இஞ்சி பூண்டு விழுது போட்டு, 3 விசில், 45 நிமிடம் சிம்மில் வைத்து நன்கு குழைய வேக வைக்கவும்.*

❖ *பின் ஒரு வாணலியில் எண்ணெய் காய வைத்து, சீரகம் தாளித்து, வெங்காயம் வதக்கி, பின் தக்காளி விழுதையும் போட்டு வதக்கி, உப்பு, மிளகாய் தூள், கரம் மசாலா தூள் போட்டு நன்கு வதக்கவும்.*

❖ *அடுத்து, இந்தக் கலவையை வேக வைத்த பருப்பில் போட்டு, நன்கு கொதிக்கவிட்டு இறக்கவும்.*

❖ *மேலே இஞ்சி துண்டுகள், கசூரி மேத்தி, க்ரீம், வெண்ணெய், மல்லித்தழை தூவி, சூடாகப் பரிமாறவும்.*

125. மசாலா மசூர் தால்

தேவையான பொருள்கள்:

வேகவைத்த மைசூர் பருப்பு - 1 கப்

உப்பு - ருசிக்கேற்ப

கீறிய பச்சை மிளகாய் - 1

நைசாக அரைக்க:

சாம்பார் வெங்காயம் - 6

பூண்டு - 2 பல்

இஞ்சி - 1 சிறிய துண்டு

தக்காளி - 2

தனியா விதை - 1 டீ ஸ்பூன்

சீரகம் - 1/2 டீ ஸ்பூன்

பாவ்பாஜி மசாலா பொடி - 3/4 டீ ஸ்பூன்

கசூரி மேத்தி (காய்ந்த வெந்தய கீரை) - சிறிதளவு.

தாளிக்க:

எண்ணெய் - 3 டீ ஸ்பூன்

சீரகம் - 1/4 டீ ஸ்பூன்.

மேலே அலங்கரிக்க:

சிறிதளவு பொடியாக நறுக்கிய பச்சை கொத்தமல்லித்தழை.

செய்முறை:

- *ஒரு வாணலியில் எண்ணெய் காய வைத்து, சீரகம் தாளித்து, நைசாக அரைத்த கலவையைக் கொட்டி சிறு தீயில் 10 நிமிடம் வதக்கவும்.*
- *கலவை பச்சை வாசனை போன பின் பச்சை மிளகாய் போட்டு, 1 நிமிடம் வதக்கி, வேக வைத்த பருப்பு, உப்பு, போட்டு சிறு தீயில் மேலும் 5 நிமிடம் கொதிக்க வைத்து, மல்லித்தழை தூவி, சூடாகப் பரிமாறவும்.*

126. ஆலு சன்னா மசாலா

தேவையான பொருள்கள்:

வேக வைத்த வடிகட்டிய வெள்ளை கொண்டை கடலை - 2 கப்

வேக வைத்து தோல் எடுத்து பாதியாக நறுக்கிய சின்ன உருளைக்கிழங்கு - 10

தனியாத் தூள் - 1/2 டீ ஸ்பூன்

மிளகாய் தூள் - 1/2 டீ ஸ்பூன்

சீரகத் தூள் - 1/2 டீ ஸ்பூன்

கரம் மசாலா பொடி - 1/2 டீ ஸ்பூன்

மஞ்சள் தூள் - ஒரு சிட்டிகை

உப்பு - ருசிக்கேற்ப

தாளிக்க:

எண்ணெய் - 2 டேபிள் ஸ்பூன்

சீரகம் - 1/2 டீ ஸ்பூன்

ஓமம் - 1/2 டீ ஸ்பூன்

கீறிய பச்சை மிளகாய் - 2

மேலே அலங்கரிக்க:

தோல் எடுத்து நீளமாக நறுக்கிய இஞ்சி துண்டுகள் - சிறிதளவு

மல்லித்தழை - நறுக்கிய - சிறிதளவு

கசூரி மேத்தி (காய்ந்த வெந்தய கீரை) - சிறிதளவு

எலுமிச்சை சாறு - 2 டீ ஸ்பூன்

உடன் பரிமாற:

வில்லைகளாக நறுக்கிய வெங்காயம், தக்காளி - சிறிதளவு.

செய்முறை:

❖ ஒரு கனமான கடாயில் எண்ணெய் காய வைத்து, ஓமம், சீரகம் தாளித்து, கீறிய பச்சை மிளகாயைப் போட்டு வதக்கி, மஞ்சள் தூள், மிளகாய் தூள், தனியாத் தூள், சீரகத் தூள், கரம் மசாலா பொடி, உப்பை போட்டுப் பிரட்டவும்.

❖ பின் வேக வைத்த கொண்டை கடலையைச் சேர்க்கவும்.

❖ பாதியாக நறுக்கிய சின்ன உருளைக் கிழங்கையும் போட்டுக் கிளறி, சிறு தீயில் 5 நிமிடம் வைத்து வேகவிட்டு அடுப்பிலிருந்து இறக்கி விடவும்.

❖ மல்லித்தழை, கசூரி மேத்தி, எலுமிச்சை சாறு கலந்து, இஞ்சி போட்டுக் கலந்து

❖ உடன் வெங்காயம் மற்றும் தக்காளி வில்லைகளை வைத்து சூடாகப் பரிமாறவும்.

127. சன்னா மசாலா

தேவையான பொருள்கள்:

வெள்ளை கொண்டை கடலை - 2 கப்

துருவிய பெரிய வெங்காயம் - 1 கப்

துருவிய தக்காளி - 2 கப்

இஞ்சி பூண்டு விழுது - 1 டீ ஸ்பூன்

மிளகாய் தூள் - 1 டீ ஸ்பூன்

தனியா தூள் - 1 டீ ஸ்பூன்

சோம்புத் தூள் - 1/2 டீ ஸ்பூன்

சீரகத் தூள் - 1/2 டீ ஸ்பூன்

கரம் மசாலா பொடி - 3/4 டீ ஸ்பூன்

உப்பு - ருசிக்கேற்ப

தாளிக்க:

எண்ணெய் - 3 டேபிள் ஸ்பூன்

சீரகம் - 1 டீ ஸ்பூன்

மேலே அலங்கரிக்க:

பொடியாக நறுக்கிய மல்லித்தழை - சிறிதளவு

எண்ணெய்யில் 1 நிமிடம் வதக்கிய கீறிய பச்சை மிளகாய் - 2

செய்முறை:

- முதல் நாள் இரவே வெள்ளை கொண்டைக் கடலையை ஊற வைத்துக்கொள்ளவும்.
- மறுநாள் நன்கு கழுவி, பிரஷர் குக்கரில் 4 கப் தண்ணீர்விட்டு நன்கு தோல் வெடிக்கும் வரை வேக வைக்கவும். 5 விசில், 45 நிமிடம் சிம்மில் வேக வைத்தால் சரியாக இருக்கும்.
- பின் ஒரு வாணலியில் எண்ணெய் காய வைத்து, சீரகம் தாளித்து, துருவிய வெங்காயம், மஞ்சள் தூளைப் போட்டு சிறு தீயில் பொன்நிறமாகும் வரை வதக்கவும்.
- அடுத்ததாக துருவிய தக்காளி விழுது, இஞ்சி பூண்டு விழுதையும் போட்டு, சிறு தீயில் மேலும் 10 நிமிடம் வதக்கி, தனியாத் தூள், சீரகத் தூள், சோம்புத் தூள், மிளகாய் தூள், கரம் மசாலா பொடி, உப்பு போட்டு பிரட்டவும்.

❖ 5 நிமிடம் கழித்து, வேக வைத்த சன்னாவை போட்டு தேவையான அளவு நீர் விட்டு கொதிக்கவிடவும்.

❖ இரண்டு கொதி வந்தவுடன் இறக்கி, மல்லித்தழை, வதக்கிய பச்சை மிளகாயை போட்டுக் கலந்து சூடாகப் பரிமாறவும்.

128. ராஜ்மா மசாலா

தேவையான பொருள்கள்:

ராஜ்மா - 1 கப்

உப்பு - ருசிக்கேற்ப

பாவ் பாஜி மசாலா தூள் - 1/2 டீ ஸ்பூன்

தனியா தூள் - 1/2 டீ ஸ்பூன்

நைசாக அரைக்க:

தக்காளி - 5

பெரிய வெங்காயம் - 2

பூண்டு - 3 பல்

இஞ்சி - 1 சிறு துண்டு

மிளகாய் தூள்- 1/4 டீ ஸ்பூன்

தாளிக்க:

எண்ணெய் - 2 டேபிள் ஸ்பூன்

சீரகம் - 1 டீ ஸ்பூன்

அலங்கரிக்க:

தோல் எடுத்து, சன்னமாக, நீளமாக நறுக்கிய இஞ்சி - சிறிதளவு

நறுக்கிய பச்சை கொத்தமல்லித்தழை - சிறிதளவு

கசூரி மேத்தி (காய்ந்த வெந்தய கீரை) - சிறிதளவு

வெண்ணெய் - 1 டேபிள் ஸ்பூன்

கரம் மசாலா பொடி - 1/4 டீ ஸ்பூன்

செய்முறை:

❖ முதல் நாள் இரவே ராஜ்மாவை ஊற வைத்து, மறுநாள் கழுவி, பிரஷர் குக்கரில் 3 கப் தண்ணீர் விட்டு நன்கு வேக வைக்கவும். 5 விசில், 45 நிமிடம் சிம்மில் வேக வைத்தால் சரியாக இருக்கும்.

- ❖ *அடுத்து ஒரு வாணலியில் எண்ணெய் காய வைத்து, சீரகம் தாளித்து அரைத்து வைத்துள்ள தக்காளி வெங்காயக் கலவையைப் போட்டு 5 நிமிடம் சிறு தீயில் வதக்கவும். பின் தேவையான அளவு உப்பு சேர்க்கவும்.*
- ❖ *அடுத்ததாக வேக வைத்த ராஜ்மாவையும் போட்டு, கூடவே தனியா தூள், பாவ் பாஜி மசாலா பொடியையும் போட்டு, சிறு தீயில் கொதிக்கவிடவும். பின் இறக்கி மல்லித்தழை, கசூரி மேத்தி, இஞ்சி, கரம் மசாலா பொடியைப் போட்டுக் கலந்து வெண்ணெயைப் போட்டு, சூடாகப் பரிமாறவும்.*

129. பாலக் அர்ஹர் தால்

தேவையான பொருள்கள்:

சுத்தம் செய்து நன்கு அலசி, பொடியாக நறுக்கிய பாலக் கீரை - 2 கப் (வேக வைக்கவும்)

பொடியாக நறுக்கிய தக்காளி - 1

வேக வைத்த துவரம் பருப்பு - 1 கப்

உப்பு - ருசிக்கேற்ப

நைசாக அரைக்க:

சாம்பார் வெங்காயம் - 10

பச்சை மிளகாய் - 3

பூண்டு - 2 பல்

இஞ்சி - 1 சிறு துண்டு

பாதாம் பருப்பு - 4

மஞ்சள் தூள் - 1 சிட்டிகை

கிச்சன் கிங் மசாலா பொடி - 1/2 டீ ஸ்பூன்

தாளிக்க:

எண்ணெய் - 2 டேபிள் ஸ்பூன்

சீரகம் - 1 டீ ஸ்பூன்

செய்முறை:

- ❖ *ஒரு கடாயில் எண்ணெய் காய வைத்து, சீரகம் தாளித்து, தக்காளியை சிறு தீயில் நன்கு வதக்கி, அரைத்த கலவையைச் சேர்த்து சிறு தீயில் 5 நிமிடம் வதக்கவும்.*

❖ *பின், தேவையான உப்பு போட்டு, வேக வைத்த கீரையையும் பருப்பையும் போட்டு, சிறு தீயில் மேலும் 5 நிமிடம் கொதிக்க வைத்து சூடாகப் பரிமாறவும்.*

130. தால் – சேலம்

தேவையான பொருள்கள்:

பாசிப் பருப்பு - 2 கப்

தோல் எடுத்துத் துண்டுகளாக்கிய உருளைக்கிழங்கு - 1/2 கப்

நறுக்கிய தக்காளி - 1/2 கப்

கீறிய பச்சை மிளகாய் - 3

உப்பு - ருசிக்கேற்ப

தண்ணீர் - 5 கப்

பெருங்காயத் தூள் - 1 சிட்டிகை

மஞ்சள் தூள் - 1 சிட்டிகை

தாளிக்க:

எண்ணெய் - 2 டீ ஸ்பூன்

கடுகு - 1/4 டீ ஸ்பூன்

சீரகம் - 1/2 டீ ஸ்பூன்.

மேலே அலங்கரிக்க:

மிகமிகப் பொடியாக நறுக்கிய பச்சை கொத்தமல்லித்தழை - சிறிதளவு

எலுமிச்சை சாறு - 3 டீ ஸ்பூன்.

செய்முறை:

❖ *பாசிப் பருப்பை கழுவி, 1/2 மணி ஊறவைத்து, ஒரு கனமான வாணலியில் 5 கப் தண்ணீர், மஞ்சள் தூள் போட்டு வேக வைக்கவும்.*

❖ *பருப்பு 3/4 பதம் வெந்தவுடன் நறுக்கிய உருளைக்கிழங்கு, தக்காளியைப் போட்டு, தேவையானால் இன்னும் சிறிதளவு தண்ணீர்விடவும். கீறிய பச்சை மிளகாயைப் போட்டு, உருளைக்கிழங்கு வேகும் வரை சிறு தீயில் கொதிக்க விடவும். பின் தேவையான அளவு உப்பு போடவும்.*

❖ *அடுத்து வேறு ஒரு வாணலியில் எண்ணெய் விட்டுக் காய்ந்தவுடன் கடுகு, சீரகம், தாளித்து வேகும் பருப்பில் கொட்டிக் கலந்து, இறக்கவும். மல்லித்தழை, எலுமிச்சை சாறு கலந்து சூடாகப் பரிமாறவும்.*

❖ *இந்த தால் சற்றுத் தளர்த்தியாக இருக்க வேண்டும்.*

131. பாசிப் பயறு கடி

தேவையான பொருள்கள்:

பாசிப் பயறு - 1 கப்

கெட்டியான, புளிப்பில்லாத கடைந்த தயிர் - 2 கப்

கடலை மாவு - 3 டேபிள் ஸ்பூன்

சர்க்கரை - 2 சிட்டிகை

உப்பு - ருசிக்கேற்ப

துருவிய இஞ்சி - சிறிதளவு

கீறிய பச்சை மிளகாய் - 2

தண்ணீர் - 1/4 கப்

தாளிக்க:

நெய் - 2 டேபிள் ஸ்பூன்

சீரகம் - 1 டீ ஸ்பூன்

கரகரப்பாக பொடித்த மிளகு - 1/4 டீ ஸ்பூன்

கிள்ளிய மிளகாய் வற்றல் - 4

பெருங்காயத் தூள் - சிறிதளவு

கிள்ளிய கறிவேப்பிலை - சிறிதளவு

மேலே அலங்கரிக்க:

மிகப் பொடியாக நறுக்கிய பச்சை கொத்தமல்லித்தழை - சிறிதளவு

செய்முறை:

❖ *முதலில் பாசிப் பயறை 3 மணி நேரம் ஊற வைத்துக் கழுவி, அதிகம் குழைந்து போகாமல் வேக வைத்துக் கொள்ளவும்.*

❖ *பின் 1/4 கப் தண்ணீரில் கடலை மாவை நன்கு கட்டி தட்டாமல் கலந்து அதை 2 கப் தயிரில், கலக்கவும். கூடவே உப்பு, சர்க்கரை போடவும்.*

❖ *அடுத்து ஒரு கனமான வாணலியில் நெய் காய வைத்து, சீரகம், தாளித்து, பின் மிளகாய் வற்றல், பொடித்த மிளகு, பெருங்காயத் தூள், கறிவேப்பிலை தாளித்து, கரைத்து வைத்துள்ள கடலை மாவு கலவையை விட்டு, கொதிக்க விடவும்.*

❖ *முதல் கொதி வந்தவுடன் வேக வைத்த பாசிப் பயறைப் போட்டு மேலும் 5 நிமிடம் கொதிக்க விட்டு, இறக்கி மல்லித்தழை தூவி, சூடாகப் பரிமாறவும்.*

•●•

www.ingramcontent.com/pod-product-compliance
Lightning Source LLC
Chambersburg PA
CBHW030840090426
42737CB00009B/1048